பல்லக்குத் தூக்கிகள்

சுந்தர ராமசாமியின் பிற நூல்கள்

சிறுகதைகள்
சுந்தர ராமசாமி சிறுகதைகள் (2006) (முழுத் தொகுப்பு)
அக்கரைச் சீமையில் (2007) (முதல் சிறுகதை வரிசை)
அழைப்பு (2003), பள்ளியில் ஒரு நாய்க்குட்டி (2008)
வாசனை (2011), பள்ளம் (2012)

நாவல்கள்
ஒரு புளியமரத்தின் கதை (1966)
ஜே.ஜே: சில குறிப்புகள் (1981)
குழந்தைகள் பெண்கள் ஆண்கள் (1998)

குறுநாவல்கள்
திரைகள் ஆயிரம் (2008)

கவிதை
நடுநிசி நாய்கள் (2008)
சுந்தர ராமசாமி கவிதையை (முழுத்தொகுப்பு) (2005)

விமர்சனம்/கட்டுரைகள்
அந்தரத்தில் பறக்கும் கொடி (2014) (தமிழ் கிளாசிக்)
ந. பிச்சமூர்த்தியின் கலை: மரபும் மனிதநேயமும் (1991)
இவை என் உரைகள் (2003)
வானகமே இளவெயிலே மரச்செறிவே (2004)
மனக்குகை ஓவியங்கள் (2011) (கட்டுரைகள் உரைக விவாதங்கள்)
வாழ்க சந்தேகங்கள் (2004) (கேள்வி – பதில்)
புதுமைப்பித்தன் கதைகள்: சு.ரா குறிப்பேடு (2005)
வாழும் கணங்கள்(2005) (படைப்புகளின் தொகுப்பு)
புதுமைப்பித்தன்: மரபை மீறும் ஆவேசம் (2006)
ஒரு கலை நோக்கு (ஆளுமைகள் தோழமைகள்) (2019)

நேர்காணல்கள்
சுந்தர ராமசாமி நேர்காணல்கள் (2011)

பிற நூல்கள்
மூன்று நாடகங்கள் (2006)
தமிழகத்தில் கல்வி (2000) (வசந்தி தேவியுடன் உரையாடல்)
இதம் தந்த வரிகள் (2002) (கு. அழகிரிசாமி – சுந்தர ராமசாமி கடிதங்கள்)
ஒரு தடா கைதிக்கு எழுதிய கடிதங்கள் (2006)
இந்திய இலக்கியச் சிற்பிகள்: கிருஷ்ணன் நம்பி (சாகித்திய அக்காதெமி, 2006)

நினைவுக் குறிப்புகள்
ஜீவா (2003), கிருஷ்ணன் நம்பி (2003), க.நா.சு. (2003),
சி.சு. செல்லப்பா (2003), பிரமிள் (2005), ஜி. நாகராஜன் (2006),
தி. ஜானகிராமன் (2007), கு. அழகிரிசாமி (2011), தொ.மு.சி. ரகுநாதன் (2014),
ந. பிச்சமூர்த்தி (2016), நா. பார்த்தசாரதி (2016), கவிமணி (2019)
மௌனி வெ. சாமிநா சர்மா என்.எஸ். கிருஷ்ணன் (2019)

மொழிபெயர்ப்புகள்
செம்மீன் (1962) (தகழி சிவசங்கரப்பிள்ளையின் சாகித்திய
அகாதெமி பரிசுபெற்ற மலையாள நாவல்)
தோட்டியின் மகன் (2000) (தகழி சிவசங்கரப்பிள்ளை)
தொலைவிலிருக்கும் கவிதைகள் (2004)

பல்லக்குத் தூக்கிகள்

சுந்தர ராமசாமி (1931-2005)

நவீன தமிழ் இலக்கியத்தின் முக்கியமான எழுத்தாளர்களில் ஒருவரான சுந்தர ராமசாமி 1931ஆம் ஆண்டு நாகர்கோவிலில் பிறந்தார். பள்ளியில் மலையாளமும் ஆங்கிலமும் சமஸ்கிருதமும் கற்றார். மூன்று நாவல்கள், 74 சிறுகதைகள் 110 கவிதைகள் 100க்கு மேற்பட்ட கட்டுரைகள் ஆகியவற்றை எழுதியிருக்கிறார். தகழி சிவசங்கரப் பிள்ளையின் இரண்டு நாவல்களை மலையாளத்திலிருந்து மொழிபெயர்த்திருக்கிறார். 1988இல் காலச்சுவடு இதழை நிறுவினார்.

புனைவு வடிவங்களில் குறிப்பிட்ட எந்த வகைமையிலும் தங்கி விடாமல் தொடர்ந்து புதிய முயற்சிகளில் ஈடுபட்டுவந்தவர் சுந்தர ராமசாமி. இவருடைய இரண்டாவது நாவலான ஜே.ஜே.: சில குறிப்புகள் மாறுபட்ட வடிவத்திற்காகவும் உள்ளடக்கத்திற்காகவும் இன்றளவிலும் பேசப்பட்டுவருகிறது. சு.ரா.வின் இலக்கிய அலசல்கள் இலக்கியத்தில் தர வேற்றுமைகளின் அடிப்படைகளை விரிவாக விவாதிக்கின்றன. இவர் முன்வைத்த இலக்கிய அளவு கோல்கள் தமிழ் விமர்சனப் பரப்பில் ஆழ்ந்த தாக்கத்தைச் செலுத்தியிருக்கின்றன.

சுந்தர ராமசாமிக்கு டொரொன்டோ (கனடா) பல்கலைக் கழகம் வாழ்நாள் இலக்கியச் சாதனைக்கான 'இயல்' விருதை (2001) வழங்கியது. வாழ்நாள் இலக்கியப் பணிக்காகக் 'கதா சூடாமணி' விருதையும் (2003) பெற்றார்.

சுந்தர ராமசாமி 14.10.2005 அன்று அமெரிக்காவில் காலமானார். மனைவி: கமலா. குழந்தைகள்: தைலா, கண்ணன், தங்கு. (மூத்த மகள் சௌந்தரா 1996இல் காலமானார்.)

● அன்பார்ந்த வாசகருக்கு,

வணக்கம்.

காலச்சுவடு நூலை வாங்கியமைக்கு நன்றி.

நூலின் உள்ளடக்கம், உருவாக்கம், அட்டைப்படம் இன்ன பிற அம்சங்கள் பற்றிய உங்கள் கருத்துகளையும் ஆலோசனைகளையும் காலச்சுவடு வரவேற்கிறது. தகவல், எழுத்து, வாக்கியப் பிழைகள் தென்பட்டால் அவசியம் தெரிவித்து உதவுங்கள். நூல் தயாரிப்பில் கடும் குறைபாடு இருப்பின் மாற்றுப் பிரதி உங்களுக்குக் கிடைக்கக் காலச்சுவடு ஏற்பாடு செய்யும்.

மின்னஞ்சல்: publisher@kalachuvadu.com

காலச்சுவடு நாகர்கோவில் அலுவலகத்திற்குக் கடிதம் அனுப்பலாம்.

தங்கள்
எஸ்.ஆர். சுந்தரம் (கண்ணன்)
பதிப்பாளர் — நிர்வாக இயக்குநர்

Unauthorised use of the contents of this published book, whether in e-book or hardcopy format, for any type of Artificial Intelligence (AI) training - including but not limited to Machine Learning, Deep Learning, Natural Language Processing, Computer Vision, Chatbot Training, Image Recognition Systems, Recommendation Engines, and Language Models - is strictly prohibited without prior licensing from the publisher. Any such unauthorised use may result in legal action.

சுந்தர ராமசாமி

பல்லக்குத் தூக்கிகள்

காலச்சுவடு பதிப்பகம்

பல்லக்குத் தூக்கிகள் ✧ சிறுகதைகள் ✧ ஆசிரியர்: சுந்தர ராமசாமி ✧ © கமலா ராமசாமி ✧ முதல் பதிப்பு: டிசம்பர் 1976 ✧ காலச்சுவடு முதல் பதிப்பு: டிசம்பர் 2010, பதின்மூன்றாம் பதிப்பு: ஜூன் 2025 ✧ வெளியீடு: காலச்சுவடு பப்ளிகேஷன்ஸ் (பி) லிட்., 669 கே.பி. சாலை, நாகர்கோவில் 629001

pallakkut tuukkikal ✧ Short Stories ✧ Author: Sundara Ramaswamy ✧ © Kamala Ramaswamy ✧ Language: Tamil ✧ First Edition: December 1976 ✧ Kalachuvadu First Edition: December 2010, Thirteenth Edition: June 2025 ✧ Size: Demy 1 x 8 ✧ Paper: 18.6 kg maplitho ✧ Pages: 72

Published by Kalachuvadu Publications Pvt. Ltd., 669 K.P. Road, Nagercoil 629001, India ✧ Phone: 91-4652-278525 ✧ e-mail: publications@kalachuvadu.com ✧ Printed at Adyar Students xerox Pvt. Ltd., No. 275 Habibullah Road, Triplicane high Road, Opp Triplicane Post Office, Triplicane, Chennai 600005

ISBN: 978-93-80240-23-7

06/2025/S.No. 369, kcp 5836, 18.6 (13) uss

பொருளடக்கம்

சுந்தர ராமசாமி, மௌனத்திற்குப்பின்	9
அழைப்பு	19
போதை	26
பல்லக்குத் தூக்கிகள்	36
வாசனை	44
அலைகள்	57

சுந்தர ராமசாமி, மௌனத்திற்குப்பின்

சுந்தர ராமசாமி திரும்ப எழுதத் தொடங்கி அவ்வப் பொழுது பிரசுரமாகின்ற அவருடைய கதை, கவிதை, கட்டுரைகளைப் படிக்கும்போதெல்லாம் அவைகளைப் பற்றி எனக்குத் தோன்றுவனவற்றை எழுதிவிட வேண்டும் என்ற எண்ணம் எழுவதுண்டு. இதைச் செயல்படுத்த எனக்கு ஓர் உந்து சக்தி கிடைத்தது.

'I confess to a personal prejudice in preferring . . . those authors who have dressed fiction, drama or poetry with the problems of philosophy rather than those who sought, by sensitivity, imaginations and artistry, to give some passing beauty a form that could be caressed by generations yet unborn.'

Will & Ariel Durant
Interpretations of Life: A Survey of Contemporary Literature

சுந்தர ராமசாமியை நான் அணுகிக் கண்டறிவது மேற்கோள் காட்டப்பட்டிருக்கும் வரிகளின் கண்ணோட்டத் தில்தான் (இந்த வரியை அளவுகோலாக வைத்துக் கொண்டு நான் சுந்தர ராமசாமியின் எழுத்தில் நுழைய வில்லை. சுந்தர ராமசாமியின் படைப்புகளைப் படிக்கிற போது என் மனதில் எழுகின்ற சிந்தனைகள் இந்த வரி களோடு ஒத்துப்போகின்றன). இந்த மேற்கோளில் இடம் பெற்றிருக்கிற 'the problems of philosophy' என்கிற சொற் றொடரைச் சுயமாக தரிசித்த வாழ்க்கையின் அர்த்தங்கள் என்று நான் அர்த்தப்படுத்திக்கொள்கிறேன்.

சுந்தர ராமசாமி ஒரு முறை குறிப்பிட்டார்: 'நாமெல்லாம் எங்கெங்கோ சுற்றிக்கொண்டிருக்கிறோம். மௌனி கோட்டின் அருகே பந்தைக் கொண்டுவைத்து கோல் போட்டுவிடுகிறார்.' சாதனைகளின் எல்லையை அடையாளம் காண முடிகிறவர்களால்தான் தன்னையே நிர்ணயித்துக்கொள்ள முடியும். சுந்தர ராமசாமியால் தன்னைத் திரும்பிப்பார்த்துக்கொள்ள முடிந்திருக்கிறது. புதிதாகவும் பிறக்க முடிகிறது.

சுந்தர ராமசாமியின் மௌனம் அர்த்தம் பொருந்தியதாய் அமைந்து தொடர்ச்சியைச் சிறப்பானதாக்கி உள்ளது. தன் இருப்பு, வாழ்க்கை பாதிப்புகள் இவைகளின் தொடர்ந்த போராட்டமாய் கலை, ஓர் ஆத்மபூர்வமான வெளிப்பாடாக சுந்தர ராமசாமியின் புதிய எழுத்தில் உருக்கொண்டிருக்கிறது. இந்த வகையில் இப்பொழுதைக்கு இவர் ஒருவரே தனித்து நிற்கிறார். இவர் திட்டமிட்டுக்கொண்டு கதைகள் பண்ணுவதில்லை. இவருடைய முந்தைய எழுத்துக்கும் இப்பொழுதைய எழுத்துக்கும் தொடர்பு இல்லை என்று சொல்லிவிட முடியாது. முன்பு கேலியாகவும் எகத்தாளமாகவும் பார்த்துச் சொன்ன விஷயங்களை இப்பொழுது பிரச்னைக்குரிய தீவிரத்துடன் அழுத்தமாக அணுகுகிறார்.

இப்பொழுதைய எழுத்தில் நிதானம் மிகுந்த ஆத்மா கலந்திருக்கிறது. முந்தைய எழுத்தில் புத்திசாலித்தனமான சுந்தர ராமசாமியைக் கண்டோம். அந்த எழுத்துக்கு, சொறிந்து கொடுக்கிற இதம் உண்டென்றால், இந்த எழுத்தில் அலைக்கழிக்கப்படும் ஆத்மாவைக் கண்டு சிலிர்த்து நிற்கிறோம்.

சுவாரஸ்யமான எழுத்தாளர் என்ற நிலையில் எழுதி அலுத்து ஓய்ந்து புதிய தரிசனங்களுடன் வந்திருக்கும் சுந்தர ராமசாமி முதலில் தன்னைத் தெளிவாகப் புரிந்துகொண்டிருக்கிறார் என்பது வெளிப்படையாகத் தெரிகிறது. ஒருவன் தன்னைத் தன் பலவீனங்களுடன் புரிந்துகொள்கிறபோது அதுவே பலமாகிவிடுகிறது. இது புரியாது பிரமைகளிலும், லட்சியங்களிலும் சிக்கித் தடுமாறுகையில் தான் 'யாரோ'வாகிவிடுகின்ற அபாயம் நிகழ்கிறது. பலவீனங்கள் புரிந்து நிதானம் பிறக்கையில் வளர்ச்சி சுபாவமானதாகிறது.

'வாசனை', 'போதை', 'அழைப்பு' என்ற எல்லாச் சிறுகதைகளின் ஆதாரமான மனதை இனங்காட்டும் முகமாக 'கண்ணாடி முன் கடவுளையும் சேர்த்து ஒரு புகார்' (*கசடதபற* 31வது இதழ்) என்ற கவிதை இருக்கிறது. கடவுளையும் சேர்த்து புகார் என்று இருப்பதால் தலைப்பில் கடவுளுடன் இணைத்திருக்கும் கண்ணாடி பற்றியும் புகார் உண்டு என்று தெரிகிறது. கண்ணாடி பூத உருவைப் பிரதிபலிக்கிறது. நாம் நமக்கு இருப்பதாகக்

கற்பனை செய்துகொள்ளும் அழகுகள் கண்ணாடி முன் நின்று நுணுகிப் பார்க்கும்போது இல்லாததாகிவிடுகின்றன. தலைப்பில் மட்டுமே இடம் பெற்றிருக்கும் கண்ணாடி புற உண்மையைச் சுட்டும் ஒரு மறைமுக உபமானமாகக் கவிதையில் செயல்பட்டிருக்கிறது. அக உண்மை என்ன? நாம் அடைய விரும்புகிற இன்னொரு நான். இதற்காக நாம் நம்முடைய சுவாரஸ்யம், ஈடுபாடு இவைகளின் மூலமாக ஏற்படுத்திக்கொள்கிற ஒன்றையடுத்து இன்னொன்று என்று ஆன பொய் உருக்கள், இவைகள் தகரும்போது ஏற்படுகின்ற தோல்வி என்ற மன அவஸ்தைகளை இந்தக் கவிதை வரிகளில் அர்த்தப்படுத்திப் பார்க்க முடிகிறது. இன்னொரு நான் என்று ஒன்று இருப்பதாகவே கொண்டாலும் அதன் முகத்தைக் காண முடியவில்லை. அதை லட்சியமாகக் கொண்ட பயணத்தில் ஆக்ரமித்துக்கொள்கின்ற பொய் உருக்களே அதைக் காணத் தடையாயிருக்கின்றன. இன்னொரு நான் 'பளிங்கு' என தரிசனமாகப்போகிறது என்றால் (பளிங்கு என்ற வார்த்தை இப்படி அடைய இருக்கிற நிலையை அதன் எல்லா அர்த்தங்களிலும் உணர்த்துகிறது), இதற்காக மேற்கொள்கின்ற முயற்சிகளை மரமும், கடலும், வால் துடிக்கக் கத்தும் அணிலும் மேவி, சுயமாகப் பாதித்து அசர வைக்கின்றன. இவைகள் ஒழிந்த அகப்பயணம் வெறும் கேலிக் கூத்தா?

'மரமும் கடலும் . . . என்முன் என்முகம் கக்குவது ஏன்?' என்ற வரிகளில் பொதிந்துவருகின்ற கடவுள் சிருஷ்டி என்ற உண்மை பூத உருவின் பொய்மையைக் காட்டும் கண்ணாடியின் இடத்தை ஏற்று மனதைச் சூழும் பொய் உருக்களின் பொய்மையைக் காட்டுகிறது. 'இன்னொரு நான்' பற்றிய நிச்சயம் தெளிவாகாத நிலையில், இயற்கை சிருஷ்டிகளில் மனம் சுபாவமாகத் தன்னை வெளிப்படுத்திக்கொள்கையில், வேறு எதுவும் இல்லாவிட்டாலும் பரவாயில்லை, பொய் உருக்கள் அற்ற மனம் வேண்டும் என்கிற தொனியில், 'என்று ஆடை உரித்து அம்மணம் பற்றும் என் பார்வை?' என்று கவிதை முடிகிறது.

ஆன்மீக நெறிகள் மூலமாக அடைய இருக்கும் பரிபூர்ணத்தைப்பற்றிக் கேள்வி எழுப்புவது சுந்தர ராமசாமிக்குத் தொடர்ந்த தேடலாக இருப்பதாகத் தோன்றுகிறது. தென்றலில் மகத்துவ இலைகளுடன் குலுங்கும் துளசிக்குத் துன்பம், பிரச்சனை ஏதுமில்லையா? கிணற்று ராட்டினம் ஒரு சொட்டு எண்ணைக்கு ஓலமிடுகிறது. காகம் சோற்று உருண்டைக்காக இடம் மாறி அலுக்கிறது. கிணற்றடியில் ரோகக் கிழவிபோல் சரிந்து இருக்கும் ஓட்டை வாளிக்குத் தொடர்ந்து வேலை இருக்கிறது. முன் கவிதையில் இன்னொரு நான் தேடிப் பயணம் மேற்கொள்ளும் மனம் வால் துடிக்கக் கத்தும் அணிலிலும், தமுக்கின் ஓசையிலும் சிலிர்த்து நிற்கிறது என்றால், 'பின் திண்ணைக்

காட்சி'யில், 'இளைய ராணிபோல் பீடத்தில் கொலுக் கொண்டு . . .' 'மகத்துவமாய் கழியும் அதன் நாட்கள்' என்ற வரிகளில் குறியீடு பெற்றிருக்கும், பௌதீக உலகின் பிரச்சனை களற்ற, ஆன்ம நெறி போதிக்கும் ஆசானைச் சாக்கிட்ட பயணத் தில் அதே மனம் இரைச்சல், நியதி வயப்பட்ட எந்திர உலகில் ஜீவனத்திற்காகப் போராடும் மானுடத்தை அர்த்தத்துடன், ஆதர வுடன் பார்க்கிறது.

பரிபூர்ணம் கருதிய பயணத்திற்கான மார்க்கங்கள், பிரத் யட்ச வாழ்வின் உண்மைகள் என்று சிதறும் கலைஞன், மனம் அவ்வப்பொழுது ஸ்வீகரித்துக்கொள்ளும் பொய் உருக்கள் நிதர்சனத்தின் முன் தகர்வதைத் தீர்க்கமாகப் பார்க்கிறான்.

'வாசனை'யில் சாம்பசிவன் ஆன்மீகம் பயிலுவது, கால் ஊனம் காரணமான தாழ்வு மனப்பான்மையைச் சாக்கிட்டுத் தனக்குத் தானே இல்லையென்று ஆக்கிக்கொண்டுவிட்ட ஒன்றை நிலைநிறுத்திக்கொள்ளப் போடுகின்ற வெற்று வேஷம்தானா? பிச்சைக்காரன், 'பாப்பாத்தி, வாடி, ராஜாத்தி' என்று லலிதாவை கூப்பிடும்போது, தன் ஆண்மை பற்றிய சந்தேகமும், அவன் தீண்டாத அவள் உடல் மீதான வெறியும் சாம்பசிவனை ஒருசேரத் தாக்குகின்றன. லலிதாவை வெறி கொண்டு தழுவுவதிலும், பிச்சைக்காரனைத் தாக்கிவிட்டு வரு வதிலும் இந்தத் தாழ்வு மனப்பான்மை மிருகத்தனமாக விழித்துக்கொள்கிறது. அந்தக் குடும்பத்தின் சந்நியாசிகளின் வாரிசாகக் கருதப்படும் சாம்பசிவனின் தோல்வி அவன் தனக் குள் ஏற்படுத்திக் கொண்ட ஒரு பொய் உருவின் அழிதலில் நிகழ்கிறது. சாம்பசிவன், குடும்பச் சொத்தாக ஸ்வீகரித்துக் கொண்ட ஆன்மீகப் பயிற்சியினால் வெற்றிகொள்ள முடியாத மிருக இச்சையின் முன்னால் தோல்வி காண்கிறான்.

'வாசனை' சிறுகதை எனக்கு இன்னொரு விதத்திலும் அர்த்தம் கொடுக்கிறது. கால் ஊனமுற்ற சாம்பசிவனை நிந்தனைக்குள்ளாக்கப்பட்டு முடமாக்கப்பட்டிருக்கும் பிராமண சமூகத்தின் குறியீடாகக் காண்கிறேன். இப்பொழுது குஷ்டரோகி இதற்கு எதிரான சக்திகளின் குறியீடு. அறிவை மட்டும் நம்பி மௌனமாகப் புழுங்கிவந்த இச்சமூகம் வன்முறையை நாட வேண்டிய ஓர் அவசியம் நிகழ்ந்துகொண்டிருக்கிறதா என்ற கேள்வி எழுகிறது. சாம்பசிவன் ஆன்மீகம் பயிலுவது, குஷ்ட ரோகியைத் தாக்கிவிட்டுவருவது ஆகிய இவை இரண்டும் இந்த எல்லைகள். இப்படிக் காணும்போது சுந்தர ராமசாமி என்ற எழுத்தாளரிடத்தில் எழுத்தைக் காரணமாகக்கொண்ட ஒரு பிரமை வெளிப்படையாகவே உடைவது தெரிகிறது. இவருடைய

முந்தைய படைப்புகளைச் சார்ந்த ‘திரைகள் ஆயிரம்’ குறு நாவலில், மஞ்சள் பத்திரிகையில் பரபரப்பாக இடம்பெறுகின்ற மரியம்மையின் சரித்திரத்தை அறிய கதாநாயகன் தன் மனைவியை ஏவிவிடுகிறான்.

‘தாழ்ந்த குலத்திலே பிறந்தவளும், மாமிச பக்ஷிணியும், அடிக்கடி நகத்தைக் கடிப்பவளுமான அவளை, தீக்ஷிதர் குடும்பத்துக் குலவிளக்கும், வைதீகரத்னாகர சுந்தர கனபாடி களின் பௌத்திரியும், கர்மானுஷ்ட சம்பன்னரான மகாதேவ சாஸ்திரிகளின் சீமந்த புத்திரியுமான நீ, உன் கவுரவத்திற்கு ஹானியில்லைன்னு சொன்னா பாத்துப் பேசி...’ இந்த வரிகளில் ஓர் எகத்தாளம் தொனிக்கிறது. இந்த எகத்தாளத்திற்குக் காரணம் சாதி, சம்பிரதாயங்களை உதறிவிட்டுக் கொடிகட்டி பறந்து விடலாம் என்ற எழுத்துக்காக மேற்கொண்ட புரட்சி மனம் எனும் பிரமைதான். இந்த பிரமை உடைபடுவதை, ‘அவர்களுக்கும் எனக்கும் ஏதாவது உரசல் ஏற்படும் என்று எனக்கு மணத்துக் கொண்டிருந்தது. ஒரு சிலேடையும் கெட்ட வார்த்தைகளும் என் ஜாதியைக் குறிப்பது மாதிரி வந்தன’ என்ற ‘பல்லக்குத் தூக்கிக’ளின் வரிகளில் வெளிப்படையாகக் காண முடிகிறது. இந்த இழைதான் ‘வாசனை’ சிறுகதையைப் பற்றிய என் இரண்டாவது பார்வைக்கு வலுவேற்றுகிறது. எந்த மனிதனின் இரத்தத்தோடும் கலந்த சாதி உணர்வு இப்படி ஓர் உள்ளார்ந்த எழுச்சியைச் சாத்தியமாக்கலாம். சாதி அடிப்படையில் மந்திரி சபையில் பிரதிநிதித்துவம் கொடுக்கிற அரசாங்கம்தான் பரிசளித்து, கலப்புத் திருமணத்தை ஊக்குவித்து சாதிகளற்ற சமுதாயத்தை உருவாக்கத் திட்டமிடுகிறது. இதன் நிதர்சனத்தை உணருகையில் இரத்தத்தில் ஊறிய சாதி உணர்வை இனங் காணுதல் உறுதிப்படுகிறது. இந்த மாதிரியான இனம் காணுதல் இட்டுச் செல்லக்கூடிய இடத்தை சுந்தர ராமசாமியே மொழி பெயர்த்துத் தந்திருக்கும் ஜெ. கிருஷ்ணமூர்த்தியின் அடிப் படைத் தத்துவத்தின் மூலமாகச் சுட்டிவிடலாம்.

‘யுத்தத்தின் காரணம் தனிமனிதனின் மனசில் உள்ள எதிரிடைச் சிந்தனைகளே என்றும் இந்த எதிரிடை நிலையை தனிமனிதன் தன்னில் முதலில் மௌனமாகக் காண வேண்டும் என்றும் வலியுறுத்துவது ஜெ.கி.யின் அடிப்படைத் தத்துவம்.’

சுந்தர ராமசாமி என்னும் கலைஞன் மௌனமாகக் கண்டு எழுத்தில் திடமாகக் காட்டியுள்ள இன்னொரு எதிரிடைச் சிந் தனை ‘போதை’ சிறுகதையில் உள்ளது.

‘சர்வர்கள் யாரையும் காணோம். தேடிண்டே கிச்சன் பக்கம் போயிட்டேன். ரகஸ்யமா ரேடியோ வெச்சுக் கேக்கறாங்க. இவங்க

தான். சண்டை நடக்கிற சமயம். எல்லையிலே நம்ம படை பின் வாங்கித்து, உதைபட்டுதுன்னு நியூஸ் சொன்னதும் கைதட்டிண்டு எழுந்து குதிச்சாங்க.' 'போதை'யில் கதாநாயகன் மூலமாக நினைவு கூர்ந்து சொல்லப்படுகின்ற இந்த நிகழ்ச்சி, சலுகைகள் கொடுத்து நாமெல்லாம் ஒன்று என்று அரசாங்கம் சிருஷ்டித்திருக்கிற பிரமை உடைபடுவதைக் காட்டுகிறது. இதைவிட இந்தக் கதையில் முக்கியமாகத் தென்படுகின்ற விஷயம், எப்பொழுதோ நடந்த ஒரு விஷயத்தை ஞாபகம் வைத்துக்கொண்டு சந்தர்ப்பம் பார்த்து கிளர்ச்சிக்கு வித்திடும் போக்கில் போட்டு உடைப்பது தான். ஒரு தனிமனித மனத்தில் ஆதாரம் கொண்டிருக்கும் பிரிவினைச் சிந்தனைதான் இந்தக் கதையில் கலகத்திற்கும் இறுதி விளைவிற்கும் காரணமாக இருக்கிறது. மோசமான ஓர் அனுபவம் ஏற்படக்கூடும், அது ஸ்திரீ விவகாரம் சம்பந்தப்பட்டு இருக்கலாம் என்ற சந்தேகத்துடன் அந்த நாள் கதாநாயகனுக்கு உதயமாகிறது. தலைப்பை இந்த ஆரம்ப வரிகளோடு போட்டுக் குழப்பிப் பெறுகிற அர்த்தம் கதையின் இறுதியோடு சம்பந்தமற்றதாகத் தோன்றக்கூடும். கதாநாயகன் எதிர்பார்க்கிற மோசமான அனுபவம் அவனுக்கு வேறு ரூபத்தில் நிகழ்கிறது. சந்தர்ப்பம் பார்த்து நிகழ்ச்சியை சுவாரஸ்யமாக அவிழ்க்கின்ற போதை அந்தத் தனிமனித மனதின் அடிப்படையான பிரிவினைச் சிந்தனையில்தான் குடிகொண்டுள்ளது.

இப்படித் தன் அனுபவங்களுக்குத் தனக்குள்ளே மையம் காணும் முனைப்பில் பலவீனங்கள் பிடிபடுகிறது என்றால், பிரமைகளின் ஊடே செயல்பட்டு அவை தகரும்போது சாத்யமாகின்ற தரிசனங்கள் 'பல்லக்குத் தூக்கிகளி'லும், 'அழைப்'பிலும் தெரிகின்றன. துக்கப்படும் மனதின் நிவர்த்திக்காகக் கோயிலைத் தேடிப்போகிறவன் கோயிலின் நுழைவு வாசலையே அறிந்துகொள்ள முடியாது மண்டபத்தில் ஒதுங்கி, தான் வந்த நோக்கத்திற்கு எந்தச் சம்பந்தமுமில்லாத ஒரு நிகழ்ச்சியில் ஈடுபட்டு நிற்கிறான். எப்பொழுதோ வந்து நலுங்காமல் அமர்ந்து பயணம் செய்யப் போகிற ஒரு பெரியவருக்காகப் பல்லக்கு தயாராகிறது. ஒத்திகையும் நடக்கிறது. இவர்கள் கள் நாற்றத்துடன் பேசும் கெட்ட வார்த்தைகள், மண்ணில் கால்பதிந்து நடக்கையில், முண்டாசை உதறுகையில் தெரிகிற ஆர்ப்பாட்டம் இவை ஓர் இயலாமையைச் சார்ந்த எரிச்சல்கள். இவர்களின் நடவடிக்கையில் அருவருப்பை உணர முடிகிறவனுக்கு அவர்களது உழைப்பின் வீர்யத்தையும் அது விரயமாவதையும் காண முடிகிறது. இந்தப் பல்லக்குத் தூக்கிகளில், எப்பொழுதோ காரில் வந்து கடந்துபோக இருக்கிற தலைவருக்காகச் சாலையோரங்களில் வெயிலில் வெந்து மணிக்கணக்காகத் தவமிருக்கும் போலீஸ்காரர்கள் முதற்கொண்டு பலரை நாம் அடையாளம் காண

முடியும். ஏன், நாம் ஒவ்வொருவருமே ஏதோ ஒரு பயத்தில் அல்லது லாபத்தைக் கருதி போலி மரியாதையுடன் யாருக்கோ பல்லக்கு சுமக்கிறோம்.

'இல்லை பெரியவர். அதுதான் சரி. பெரீஈஈயவர். மாத்தி மாத்திச் சொல்றாங்க. ராஜான்னு சொல்றாங்க. கவர்னர்னுட றாங்க. திவான்டோய் என்கிறாங்க. குளப்பறாங்க. பொதுவாகச் சொல்றேன், பெரியவர்னு . . .' அதிகாரம் வைத்திருப்பவனுக்கு அவனிடத்து கைகட்டிச் சேவகம் செய்கிற யாரோ ஒருவன் சுய லாபம் கருதிச் சூட்டிவிடுகிற பட்டப் பெயர்களை என்ன, ஏது என்று அறியாமல் எல்லாருமே செம்மறியாட்டு மந்தையாக அங்கீகரித்து, ஒரு கட்டத்தில் அப்படிச் சூட்டப்பட்டவனுக்கு அந்தத் தகுதிகள் எல்லாம் இருப்பதாகவே நம்பிவிடுகிற பிரமை இன்று எல்லா மடங்களிலும் கண்கூடு.

'கும்பிடுங்க. கும்பிடறது நல்லது. பவ்வியம்; பவ்வியம் ரொம்ப முக்யம். முதுகை வளைச்சு வாயைப் பொத்தி . . .'

'வாயைப் பொத்தி முதுகை வளைச்சு . . . முதுகை ஒடிச்சு . . .' சுயஸ்மரணையற்று சேவகம் என்கிற பெயரில் நாம் படுகின்ற பாட்டை இகழ்ச்சி தொனிக்கும் இந்த வரிகள் சுட்டு கின்றன.

'முருகான்னு கூப்பிட வேண்டாம். இப்பொ இல்லை. பெரியவர் முன்னாடி சுப்ரஹ்மண்யா . . . சுப்ரஹ்மண்யா அப்படீன்னு . . .

'ரொம்பக் கஷ்டம் . . . சோதிக்காதீங்க . . .'

'பல்லாக்குத் தோளை அழுத்தறதுன்னா வழக்கம் போல ஆய்ஊய்னு கத்தப்புடாது. பெரியவருக்கு சத்தம் ஆகாது. இறக்கணும்னா 'வள்ளி வந்தாச்சு'ன்னு சொல்லுங்க. மறு பக்கத்துக்காரங்களுக்கும் சரீனுபட்டுதுனா, அவங்க, 'அதுக் கென்ன தெய்வானையும் வந்தாச்சே' அப்படீன்னு சொல்ல ணும்.' துக்கத்தை, இயலாமையை வெளிப்படுத்த முடியாமல் நம் சுதந்திரங்கள்தான் எப்படிப் பறிக்கப்படுகின்றன? அதிகாரம், அரசியல், மந்தை மனப்பான்மை என்று இந்தச் சமூகம் அவலப்படுவது இந்தக் கதையில் கலாரூபமாகக் காணக் கிடைக் கிறது. (இந்த அம்சத்தில் ந. முத்துசாமியின் 'நாற்காலிக்காரர்' என்ற நாடகம், சார்வாகனின் 'கனவுக்கதை' என்ற சிறுகதை ஆகியவற்றோடு இது ஒன்றுபடுகிறது.)

பல்லக்கில் அமர இருக்கின்ற பெரியவரை மகத்துவ இலை களுடன் குலுங்கும் துளசியின் இடத்திலும், பல்லக்குத் தூக்கி களைக் கிணற்று ராட்டினம், ஓட்டை வாளி இவைகளில் ஏதோ

ஒன்றின் இடத்திலும் வைத்துப் பார்த்தால், 'பின் திண்ணைக் காட்சி' என்ற கவிதையின் தடம் இந்தக் கதையிலும் பதிந்திருப்பதைக் காணலாம்.

அருவியில் குளித்து நிற்கையில் விசேஷ உந்துதல் பெற்ற மன நிலையில் தோன்றுகிற காட்சி தனக்குப் பரிபூர்ணம் விடுகின்ற அழைப்பு என்று நம்புகிறான். இவ்வளவு நாட்கள் மனதுள் மாய்ந்ததற்கு முடிவு வந்துவிட்டதாக, நிறைவு சாத்யம் என்றெல்லாம் தோன்றுகிறது. 'மண்ணின் துன்ப வாடைகளில் மீண்டும் சரிய வேண்டிய' அவசியம் இல்லை என்றெல்லாம் கோட்டை கட்டிக்கொண்டு, 'மனக்கண்ணில் கண்ட சித்திரக்காட்சியைப் பிரத்தியக்ஷமாகப் பார்த்துவிடலாம்' என்ற எண்ணத்துடன் புறப்படுகின்ற அவனுக்குக் கிட்டுவது மீண்டும் தோல்வியும், சோர்வும் தான். மனக்கண்ணில் இவன் கண்ட சித்திரத்திற்கும், நிஜத்தில் அவன் கண்ட காட்சிக்கும் உள்ளதாகச் சொல்லப்படுகின்ற வித்தியாசம் பிரத்தியக்ஷத்தின்முன் பிரமை உடைவதை மறை முகமாகச் சொல்லுகிறது. மனப் புலம்பலுடன் எங்கேயோ அந்தரத்தில் கனியாகத் தொங்குவதாக இவன் நினைத்துக் கொண்டிருக்கிற நிறைவு வேறு யாருக்கோ சர்வ சாதாரணமாகச் சாத்யமாவதைத் தரிசிக்கையில், இவனுக்கு இனி இல்லை என்று நம்பிக்கொண்டிருந்த, 'பலகீனங்கள் காலை இடறிவிட்டு முதுகுக் குப்பின் நின்று கெக்கலிக்கும்போது வாய் கிழித்துச் சாகத் துடிக்கும் சுயவெறுப்பு'தான் மீண்டும் மிஞ்சுகிறது.

'மணற்பரப்பில் ஆரோக்கியம் மிகுந்த செம்படவர்கள் சிலர் தங்கள் தோணிகளில் ஏதோ பழுது பார்த்துக்கொண்டிருந்தனர். வேலைகளில் மூழ்கிப் போயிருந்த அவர்களுடைய முகங்களில் சிரத்தையும் நிம்மதியும் தெரிந்தன. அம்முகங்களில் பயமில்லை. அந்நேரக் காரியத்தில் தங்களை மிச்சமின்றி மூழ்கடித்துக்கொண்டதில் கவலைக்குத் தர அவர்களிடம் பாக்கி எதுவுமில்லை என்று தோன்றியது. அவர்கள் பேசிக் கொள்ளவில்லை. பேச அவர்களுக்கு இருப்பதாகப்படவில்லை. தோணியை மண்ணில் இழுத்து நீருக்குள் தள்ளினார்கள். எந்த நிமிஷத்தில் தோணியைத் தண்ணீர் ஏந்திக்கொண்டதோ அந்த நிமிஷத்தில் அதனுள் அவ்வளவு பேரும் ஏறிக் குதித்து முடித்திருந்தனர். மிகவும் அனாயாசமாகவும், லாவகமாகவும் அவர்கள் அதைச் செய்தனர். தோணி கரும்புள்ளியாகி, அப்புள்ளி மறைவதுவரையிலும் பார்த்துவிட்டு, சோர்வு தாங்காமல் நான் மண்ணில் படுத்தேன்.' இப்படி முடியும் 'அழைப்பை' ஒவ்வொரு முறை படிக்கும்போதும், 'தியானம் என்றும் மோட்சம் என்றும் தனியாக அடைய ஏதுமில்லை. உன்னை அறி. உன் வாழ்வின்

ஒவ்வொரு நிமிடத்திலும் உன்னை முழுதாக வை. அதுவே அமைதி, நிறைவு' என்ற ரீதியில் எனக்கு அர்த்தமாகிற ஜெ. கிருஷ்ணமூர்த்தியின் தத்துவத்தை நினைத்துக்கொள்கிறேன்.

துன்பங்கள், பிரச்சனைகள், உயர்வுகளின் சன்னிதானத்தில் நிர்வாணமாக நிற்கின்ற ஒரு மனதை சுந்தர ராமசாமியின் எழுத்தில் நான் காண்கிறேன்.

ஆ॰ 1974 **நா. ஜெயராமன்**

(முதற்பதிப்பின் முன்னுரை)

அழைப்பு

அழைப்பு அத்தனை உக்கிரமாக அதற்குமுன் என் மனவெளியை மோதியதில்லை. அன்று, விளையாட்டரங்கில் விட்டு விட்டு எழுந்து வானவெளியைத் தாக்கும் ஆரவாரம்போல் என் மனவெளியில் மோதல்கள் அதிர்ந்தன. சில்லென்ற அருவி உச்சந் தலையைப் பெயர்த்துக் கொண்டிருந்த அந்நேரத்தில் நரம்புகளில் வெந்நீரை ஏற்றியதுபோல் ரத்தம் வெதுவெதுப்படைந்து கொண்டிருந்தது. அந்த நிமிஷம் தாண்டாது என் மனதில் உறைந்து போக, வாய் விட்டுப் பிரார்த்தனை செய்தேன். மனவெளியில் கற்குழவிபோல் விதைகள் தொங்கும் ஒரு எருதின் பீறிட்ட கத்தலைப் பின்தொடர்ந்து எழுந்த சித்திரங்கள் ... அவற்றை விவரிப்பதே கஷ்டமான காரியம்.

மேலே சொன்ன அனுபவத்திற்குச் சமீபத்தில்தான் ஆளானேன். ஒரு காட்டருவி என் மண்டையைப் பெயர்க்க நின்றுகொண்டிருந்த போது, அன்று கிராமப் பாதைகளில், ஊருக்கு வெளியே வெகுவாக எட்டி, தெரியாத முகங்கள் தாண்டி, முகங்கள் அருகிப்போன தடங்களில் போய்க் கொண்டிருந்தேன். கேள்விப்பட்ட ஊர்களே தவிர எல்லாம் பார்த்திராதவை. பெயர் கிளப்பியிருந்த கற்பனைகளை ஏமாற்றும் ஊர்க்கோலங்களைப்பார்த்தபடி சென்றேன். நான் போகப் புறப்பட்ட ஊர் என் நினைப்பை விடவும் தூரத்திலிருந்தது. முன்னெண்ணங்கள் எல்லாம் தப்புத் தப்பாக முடிந்துகொண்டிருந்தன. நின்று விசாரித்த போது ‘இதோ’ என்று கை காட்டினார்கள். கிராமங்களில் தூரங்கள் மிதிபட்டு வசப்பட்டுவிட்டதுபோல் இருக்கிறது. நடந்து, பாதங்களில் செம்மண் புழுதியின் காலுறைகள் முட்டுவரையிலும் படர்ந்தபோது, கடைசியாகக் கணித்ததைவிடவும் சற்று முன்னாலேயே அருவியின் ஓசை கேட்டது. அருவியின் இரைச்சல் அந்தரீக்ஷத்தின் மடுவை

முட்டிக்கொண்டிருந்தது. அதிலிருந்து சுரந்த பால் என அருவி முன் வளைந்து கொட்டிக்கொண்டிருந்தது. நீர்ப் புகை சர்ப்பக் காற்றுபோல் உடல் நெளித்துப் புரண்டு கொண்டிருந்தது. சுற்றிவர ஜீவனற்றுக் கிடந்தது. மரங்களில் அணில்களின் அசைவோ, கரிச்சான் தத்தி எழும் சருகோசையோ இல்லை. சுன்னத் செய்த குறிபோல் மாம்ச நிறக் கற்கள் வழவழவென்று பிதுங்கி நிற்க, செம்மண் சரிவில் செருப்புக்குப் பயந்து வேஷ்டியைச் சுருட்டியபடி ஆபாசமாய் இறங்கிச் சென்றேன். ஒரு பள்ளம் தாண்டி மறுமேடு ஏறியதும் அருவியும் பின்னணியும் நாடகத் திரைபோல் வானத்தில் எழுந்தன. சாயங்காலத்திற்குச் சற்று முன்னேரம். அருவிமேல் விழுந்த கிரணங்கள் கண்கூச வைத்தன. உப்பு வயல்போல் தெரிந்தது அருவி. சூழ்நிலை கக்கும் அதிர்வுகளை ஏற்க ஏற்க மனம் கனம் பெற்று நாளங்களில் பந்தயக் குதிரைகள் ஓடுவதுபோல் உணர்வு தட்டிற்று. நாலு ஆல விருக்ஷங்களை அடிவயிற்றில் கட்டிக் கொள்ளும்படியான செழுமை அந்த அருவிக்கு. மனசில் பீதி ஊடாடிற்று. தனிமை அமைதியைப் பிளக்கும் அருவியின் இரைச்சல். வானம் உருகி வழிவதுபோல் அருவியின் பெரிய சொரூபம். எவ்வாறு என்று சொல்ல முடியாத ஒரு பயங்கரமான ஆபத்து என் முதுகுக்குப்பின் உருவாகி வருவதுபோல் பிரமை தட்டியது. குளிக்கப் பயந்து பின் திரும்பிச் செல்வேன் என்று தோன்றியபோது, தோற்றுப்போக மறுத்து, அவசரமாகச் சட்டையைக் கழற்றினேன். என்னால் நான் தோற்கடிக்கப்பட மீண்டும் முகாந்திரம் அமையும் என்றால் அக்கணமே என் உயிர் கழன்று தெறித்துவிட வேண்டுமென்று அன்று காலையில் – லக்ஷத்தியோராவது தடவையாகவா அல்லது அதுவும் தாண்டியா, கடவுளுக்குத்தான் வெளிச்சம் – சபதமேற்றிருந்தேன். என் மனம் என்ற குப்பைத் தொட்டி மீண்டும் என் நினைவில் கொட்ட ஆரம்பித்தது. நினைக்க நினைக்கப் பச்சாதாபம் தவிர வேறு லாபமில்லை. சபதங்களின் சவக்கிடங்கு – ஒவ்வொரு நாளும் உய்ய நினைத்து, சபதமிட்டு சரிந்துபோன நினைவுகளின் சவக்கிடங்கு – ஆகாது என மறுத்துத் தாண்டி பின் அதிலேயே பழையபடி அழுந்திப்போன குற்ற உணர்வுகள் . . . அறிவை மனமும், மனதை உடலும் தோற்கடித்ததில் காயமேற்ற அறிவும் மனமும் . . . அற்ப சந்தோஷங்கள் . . . பாவங்கள் . . . புண்ணியங்கள் . . . சுயதண்டனைகள் . . . நினைவின் எந்தப் பக்கத்தைப் புரட்டினாலும் பிழைகள் மலிந்து கிடக்கும் அவமானம் . . .

அருவியின் அடியில் துருப்பிடித்த கம்பிகள். துருப்பிடித்து, அள்ளிப் பிடித்தால் கழன்று கையோடு வந்துவிடுவதுபோல் ஜீர்ணித்து – உண்மையில் அப்படியில்லை. ஜீர்ணித்தும் பிடிப்பு

விடாதவை அவை – லேசான அசைவு தட்டிவிட்டது. கழன்று விடாது என்பது குளிக்கையில் தெரிந்தது. அருவி அதன் மண்டையை உடைத்துக்கொள்ளும் இடத்தில் பாசியின்றிச் சொரசொரப்பாகவும் சுத்தமாகவும் இருந்தது. இதுபோல் சதா ஒரு அருவி கொட்டி என் மனமும் இதுபோல் சுத்தப்படாதா என அசட்டுத்தனமாக எண்ணினேன். என்னிடம் போலித்தன மான உணர்வுகள்தான் விளையாடுகின்றன என்ற எண்ணம் ஏற்படலாயிற்று. சப்தமிட்டு, சரிந்து, சரிந்ததற்கான கசப்பைத் தனக்குத்தானே கொட்டிக்கொண்டு, நிந்தித்துக்கொண்டு, கற்பனைச் சுவரில் தலையை மோதிச் சுயவெறுப்புக்கு ஆளான நினைவுகள் எழ மனம் புரட்டியது. சுனை கொப்புளித்த மனசை எனது பேதமையால் ஊற்றுக்கண் அவித்துக்கொண்டதாக எண்ணினேன். கழிந்துபோன நாட்களின் நினைவுகள் எனும் ரம்பம் . . . முடிவற்ற சித்ரவதைகள் . . . எதிர்கால பயங்கள் . . . ஒன்று மற்றொன்றைத் தட்டிவிடும் அபஸ்வர நினைவுகள் . . .

சுற்றிவர பாசியின் வெல்வெட். உரித்து ஜமுக்காளம்போல் சுருட்டிவிடலாம். கால் கட்டை விரலால் வெல்வெட்டின் ரோம ஸ்பரிசத்தை அழுத்தினேன். கட்டை விரலை எடுத்ததும் பள்ளத்தில் தண்ணீர் ஊறிற்று. அருவி மண்டையைத் தாக்கிய போது மூச்சுத் திணறியது. செத்த எருமைகள் முதுகில் விழுவது போலிருந்தது. ஓசையை மன ஒடுக்கத்தோடு அனுபவித்தபோது லயம்கூடி மெய்மறக்கச் செய்தது. நான் நிற்கும் பூப்பரப்பின் வெளிவட்டம் உதிர்ந்து, சுருங்கி, பாதம் நெருங்கி குறுகுவதுபோல் தோன்றிற்று. அருவியால் இழுக்கப்பட்டு ஓர் திகம்பர வெளியில் மேலூர்ந்து செல்கிறேன். இச்சந்தர்ப்பத்தில்தான் அவ்வழைப்பு எழுந்தது. அப்போதுதான் சில்லிட்ட தசைகளினூடே வெந்நீர் குத்தி வைக்கப்படுவதுபோல் உணரலானேன். வானமும் வளைவு நிமிர்ந்து கீழிறங்கி ராக்ஷசத் திரைபோல் அனைத்தையும் மறைத்த படி முன்னால் பரந்தது. வெள்ளை வானில் வெளிறிப்போன நிறங்கள் தோன்றின. அவை மாறி மாறி மறைந்து பிரம்மாண்ட மான சித்திரம்போல் உருவாகிக்கொண்டிருந்தன. மேல்வாரியான பார்வைக்கு அசிரத்தையாகவும் நகாசு அற்றும் தோன்றியது என்றாலும் கூர்ந்து நோக்கியபோது ரொம்பவும் யோசனைகள் கொண்டதாகவும் பிரக்ஞையின் செறிவு கலந்தும் புலப்பட்டது. பழைய மரபைச் சேர்ந்த சித்திரம் அது. நீண்ட நெடும் பரப்பான அரைவானம் கடலில் முட்டளவு ஆழத்தில் இறங்கி நிற்கும் காட்சி. ராக்ஷச நாய்க்குடைகள்போல் கரும்பாறைகள் கடலோரம் பூத்திருந்தன. கடற்கரை மணலுக்கு அப்பால் கற்றாழைக் காடு. வெகுதூரத்திலிருந்து நாடி பிடித்து வந்து மண்ணில், எளிமை யில் வேர்விடத் தோற்று செழுமையும் ஆக்கிரமிப்புத்தன்மையும் காட்டிக்கொண்டிருக்கிறது அக்காடு. கடலில் பாரித்த வெம்

பரப்பு, மனிதனின் சகல கஷ்டங்களையும் ஏற்று நீலம் பாரித்தது போலிருக்கிறது. என்ன என்றோ, இன்னது என்றோ யோசிக்கத் தராமல் நம்மை சுவீகரித்துக்கொள்ளக் காத்துக் கிடக்கிறது அது. கடற்கரையில் கற்றாழையின் முட்கள், சித்திரத்தில் கண்களுக்குப் புலனாகவில்லை. எனினும் கணக்கற்று, பொடி மணலால் அவை மூடப்பட்டுக் கிடப்பதாகவும் அழுந்த வரும் பாதங்கள் காத்துக் கபட நேர்த்தியுடன் அவை புதையுண்டு கிடப்பதாகவும் மனதில் ஓர் எண்ணம் ஏற்படுகிறது. அலைகள் இன்றிக் குளம்போல் பரந்து கிடக்கிறது கடல். ஒரு திவ்வியாத்மா வின் ஆக்ஞைக்குக் கட்டுண்டு அலை அடங்கிப்போனது போலிருக்கிறது. மணலின் ஈரப்பரப்பில் நாம் சற்றும் எதிர் பாராத இடத்தில், எதிர்பாராத நிமிஷத்தில் நீர்க்குமிழிகள் வெடித்து மரிக்கின்றன. கற்றாழைக் காட்டோரம் தேளின் பெரிதுபடுத்தப்பட்ட கோலம் போல், கட்டிதட்டி உரித்து எடுக்கும்படியான மைச்சிந்தல்போல் ஒரு கருந்தேள் அப்பிக் கிடக்கிறது. நான் கடலுள் இறங்கிச் செல்கிறேன். நீர்ப்பரப்பு பாதமும், கால் முட்டும், இடுப்பும், கழுத்தும் தாண்டி என்னை உள்ளே இழுத்துக்கொள்கிறது. படீரென்று காட்சி மறைய, தலையில் இறந்துபோன மிருகங்கள் விழுந்து தாக்கிக்கொண் டிருந்தன.

அன்றிலிருந்து அக்காட்சி – அவ்வப்போது சில சமயம் அதன் துணுக்குகள் – மனதில் படர்ந்து மின்னி மறையும். பாலைவனத்தில் ஓடி வந்து சுடு மணலால் உறிஞ்சப்படும் நீர்போல் தோன்றி மறையும். பழையபடி மனம் மணலாகச் சுடும். அதன் வெம்மை மனச்சுவர்களைக் கருக்கிக்கொண் டிருக்கும். ரொம்பவும் மனம் உன்னி பலவந்தம் பண்ணினால் வர்ணமற்று, தரம் குறைந்த ஓர் சைத்ரிகனின் அபஸ்வரம்போல் வெளிறிப்போன காட்சிகள் அகமனதில் எழும்.

பின்னால் என்று, எவ்வாறு அந்த எண்ணம் ஏற்பட்டது என்பது தட்டுப்படவில்லை. ஒரு நீண்ட நடைப்பயணத்துக்கு நான் மனதில் ஆயத்தமாகிக்கொண்டிருந்தேன். என்னை இட்டுச் செல்லும் சாகசத்துக்குத் தன்னை ஆளாக்கிக்கொள்ளப் போகும் கால்களை மிகுந்த வாத்சல்யத்தோடு அணைத்தபடி மொட்டை மாடியில் அநேக சமயங்களில் உட்கார்ந்துகொண்டிருப்பேன். ஒருநாள் சாயங்கால நேரத்தில் தரை சுடும் மொட்டை மாடியில் சிறு மணல் பொடிகள் முதுகு உறுத்த, வானம் பார்த்துப் படுத்திருக்க, மீண்டும் மனமொக்குகள் சில அவிழ்ந்தன. மரங் களும், வெட்ட வெளியும், வானமும் ஏதோ பலத்த விஷத் தாக்குதல்களுக்கு ஆட்பட்டு ஸ்தம்பித்துக் கிடந்தன. மீண்டும் அவற்றின் நாசித் துவாரங்களில் மூச்சு ஊடாடும் என நம்புவதே

சாத்தியமில்லாதபடி ஓர் பிண மயக்கம். ஏதோ ஒரு துக்கம் வானப் பரப்பிலிருந்து கீழ்நோக்கிக் கவிழ்ந்து இறங்கிக்கொண் டிருந்தது. அந்தத் துக்கம் தங்கள் மேல் கவிழ்ந்து அமுக்குவதற்கு முன் கூடு அடைய விரைவது போல் பட்சிகள் தெற்கு வானம் நோக்கிப் பறந்து சென்றன. பின்தங்கிப் போகும் பயத்துடன் இரண்டு மூன்று வரிசைகள் அடி வயிறு எக்கிச் சிறகு வீசி முன் பாய முண்டின. அவற்றின் நிம்மதியற்ற நிலை என் மனதைப் பிழிந்தது.

பின் என்ன என்ன நிகழ்ந்தன என்பதில் எனக்குத் தெளி வில்லை. அன்று மனக்கண்ணில் கண்ட சித்திரக் காட்சியைப் பிரத்தியட்சமாகப் பார்த்துவிடலாம் என்ற எண்ணம் ஏற்பட லாயிற்று. அவ்விடத்திற்கு இட்டுச்செல்லும் திசையும் பாதையும் உள்ளுணர்வால் உந்தப்பட்டு மங்கிய ரேகைகள்போல் தோன்ற லாயின. அதற்குமேல் அடைய எதுவுமில்லை என்றும் தோன்றிற்று. அதன்பின் வினாவும் இல்லை; வருத்தமும் இல்லை. வெளியேறி விறுவிறு என்று நடந்து சென்றேன். இரவு பூராவும் நடந்ததில் பல ஊர்கள் பின் நகர்ந்து ஓடின. பாதை மேலே முன்னோடிக் கொண்டிருந்தது. அதையும் தீர்த்துவிட என் பாதங்கள் விரைந்து கொண்டிருந்தன. ஏந்தியெடுத்துச் செல்லப்படுவதுபோல் அனாயாசமாய்ச் சென்றுகொண்டிருந்தேன். இரு பக்கங்களிலும் ஆலும் விழுதும் காற்றைக் கள்ளாகக் குடித்து ஆட்டம் போட்டுக் கொண்டிருந்தன.

பாதைகளின் சரிவுகளில் ஆட்டு மந்தைகள் பாதம் ஊன்ற இடமில்லாமல் நெருக்கிக்கொண்டு ஒன்று மற்றொன்றில் புகுந்துக் கொள்ளச் சிரமப்படுவது போலிருந்தது. அவ்வாறு எதில் புகுந்து சுத்தப்படப்போகிறேன் என்று நினைத்தபோது மனம் கரைந்தது. எனக்குப் பிந்திப்போயிற்று என்றாலும் என் தகுதிக்கு ஏற்பத்தான் என்ற நியாயம் பிறந்தது. மனதில் அப்போது ஓர் கனிவும் நன்றியுணர்ச்சியும் சமர்ப்பிக்கக் குறி தெரியாது விழித்துக் கொண்டு வந்தன. அவ்வழைப்பின் பின் நிற்கும் கருணையை எந்த இரு பாதங்களிலாவது நெற்றி முட்டித் தேம்பித்தான் ஏற்றுக்கொள்ள முடியுமென்று பட்டது. ஜோடிப் பாதங்கள் சக்கர வண்டியில் இழுபடுபவைப்போல மனக்கண் முன் நகர்ந்து கொண்டிருந்தன. எல்லாம் வெண்கல பீடங்களில் உறைந்த வெண்கலப் பாதங்களாக இருந்தன.

பேரண்டத்தின் முடிவற்ற தன்மை அப்போது என் கற்பனை யில் விரியலாயிற்று. ஆகாயங்கள் அடுக்கு அடுக்காகத் தோன்றின. ஒவ்வொன்றின் தூரமும் ஆகிருதியும் அவற்றின் மதிப்பும் சலனங்களும் இவ்வாறு மனம் வெகுதூரம் எட்டிப்பாய்ந்த

பின்பும் தாண்ட வேண்டியது மலையாகவும், தாண்டியது மஞ்சாடியாகவும் இருப்பதை உணர்ந்தேன்.

கையும் காலும் சோர்ந்து போய்விட்டன. பாதங்களும் வீங்கிவிட்டன. இன்னும் சிறிது நேரத்தில் சுய உணர்வு இழந்து விடக்கூடும் என்று பட்டது. நரம்புகள் தெறித்தன. எனினும் எந்த சித்ரவதையையும் தாங்கும் தெம்பை மனம் அப்போதும் இழந்திருக்கவில்லை. அனைத்தும் தீர்மானிக்கப்பட்ட புனித சோதனையாகவே பட்டது. மண்ணின் துன்ப வாடைகளில் மீண்டும் சரிந்து விடாமலிருக்க எப்பேர்ப்பட்ட சோதனைகளை யும் புன்னகையுடன் ஏற்றுக்கொள்ளும் மனநிலையிலேயே அப்போதும் இருந்தேன். கடந்தகால நினைவுகள் அருவருப்போடு குமட்டியபடி வந்தன. எத்தனை தலை குனிவுகள். தீ சுட்ட புண்கள். வழுக்கி விழுந்து, எழுந்து முட்டுக்குத்தி, சபதமேற்று, மீண்டும் சரிந்து. போதும் தண்டனை. என்னையே சுகந்தம்போல் சுவாசித்து உய்யும் இன்பம்தான் இனி வேண்டியது. என் மன ஆகாசத்தில் கவியும் நிர்மலமும் நிஷ்களங்கமும் என் கண்களின் நிழலை உரித்து எடுத்துவிடும். பாசி அகல மீண்டும் சுரக்கும் சுனைகள். வாழ்க்கை என்பது குழந்தைகளும், பூக்களும், சுகந்தமுமாய் கொழிக்கும். இழுபறி என்பது இனிமேல் இல்லை. நினைப்பும் செய்கையும் ஒரே தாரையாய்ப் பாய்ந்துகொண்டிருக் கும். பலகீனங்கள் காலை இடறிவிட்டு முதுகுக்குப்பின் நின்று கெக்கலிக்கும்போது, வாய் கிழித்துச் சாகத் துடிக்கும் சுய வெறுப்பு இனி இல்லை. நான் சரிந்தவன் என்றாலும் நன்றாக ஏங்கியவன். ஏக்கத்தின் கனிகள் எனக்குக் கிடைக்கும். பரிபூர்ணத் தின் புகார் என் காதில் ஓய்வுற்ற நிமிஷங்கள், எனக்கு நினைவு தெரிந்த நாளிலிருந்து ஏற்பட்டதில்லை. நான் அணைத்துக் கொள்ளப்படுவேன். அழுந்த மறுத்துக் கரையேற நான் அடித்த நீச்சல் உலகின் எந்த சக்தியையும் ஓய்வுகொள்ள விடாது.

மூர்ச்சை தெளிந்ததும் மீண்டும் இருண்டுகொண்டிருந்தது. கடலின் ஓசை காதில் விழுந்தது. கடல் செம்மண் குழம்பாகக் கிடந்தது. அலை ஆள் உயரம் எழுந்து மறித்துக்கொண்டிருந்தது. அத்தனை அருவருப்பான கடலை அதற்குமுன் நான் எங்கும் கண்டதாக நினைவில்லை. வெறும் மணல் பரப்பு. புதரோ காடோ இல்லை. மணலுக்குப்பின் அகலமான பாதையும், பாதைக்குப்பின் கட்டிடங்களும் தெரிந்தன. மீண்டும் கடலைப் பார்த்தேன். பாறைகள் எதுவும் இல்லை. செம்படவத் தோணிகள் கரிக்கோடுகளாய் அசைந்துகொண்டிருந்தன. மணற்பரப்பில் ஆரோக்கியம் மிகுந்த செம்படவர்கள் சிலர் தங்கள் தோணிகளில் ஏதோ பழுது பார்த்துக்கொண்டிருந்தனர். வேலையில் மூழ்கிப் போயிருந்த அவர்களுடைய முகங்களில் சிரத்தையும் நிம்மதியும்

தெரிந்தன. அம்முகங்களில் பயமில்லை. அந்நேரக் காரியத்தில் தங்களை மிச்சமின்றி மூழ்கடித்துக்கொண்டதில் கவலைக்குத் தர அவர்களிடம் பாக்கி எதுவுமில்லை என்று தோன்றியது. அவர்கள் பேசிக்கொள்ளவில்லை. பேச அவர்களுக்கு இருப்ப தாகப் படவில்லை. தோணியை மண்ணில் இழுத்து நீருக்குள் தள்ளினார்கள். எந்த நிமிஷத்தில் தோணியைத் தண்ணீர் ஏந்திக்கொண்டதோ அந்த நிமிஷத்தில் அதனுள் அவ்வளவு பேரும் ஏறிக்குதித்து முடித்திருந்தனர். மிகவும் அனாயாசமாகவும் லாவகமாகவும் அவர்கள் அதைச் செய்தனர். தோணி கரும்புள்ளி யாகி, அப்புள்ளி மறைவதுவரையிலும் பார்த்துவிட்டு, சோர்வு தாங்காமல் நான் மண்ணில் படுத்தேன்.

ஞானரதம், 1973

போதை

அன்று அலுவலக விடுமுறை நாள். நபி தினமாம்.

அதிகாலையில் கண்விழித்ததுமே அன்று எனக்கு ஒரு மோசமான அனுபவம் ஏற்படக்கூடும் என்று தோன்றிற்று. ஸ்திரீ விவகாரம் சம்பந்தப்பட்டு வந்தது. விஷயம் என்னவென்றால் எதிர்பாராத நேரத்தில் கணவன் வந்துவிடுகிறான். முன்வாசல் மட்டும் கொண்ட வீடு. லபக்கென்று அகப்பட்டுக்கொள்கிறேன். மார்பு புடைத்து புஜங்கள் பருத்தவன். என் நடு நெஞ்சில் சட்டையை அள்ளிப் பிடித்துத் தூக்குகிறான். பயங்கரமாகக் கத்து கிறான். அவமானத்தாலும் துக்கத்தாலும் என் முகம் வலித்துப்போக, கூட்டம் குரூர சந்தோஷத்தில் திளைக் கிறது. என் திரைகள் கிழிக்கப்படுகின்றன. எனக்கு மட்டும் தான் தெரியும் என்று நான் எண்ணியிருந்தவை இவ்வளவு தூரத்துக்கு இவனுக்குத் தெரிவதால் என்னில் ஒரு பகுதி கழன்று இவனாகியிருக்கிறது என்று எண்ணினேன். கும்பலுக்குப் பேரானந்தம். என் அம்பலம் இப்போதைக்கு அவர்கள் ஆகாமலிருப்பதை நினைவுறுத்துவதாலா சந்தோஷம்?

எப்படித்தான் இப்படிச் சரிந்து போனேனோ? யோசிக்கும்போது சிறுபிராயத்திலேயே மனதால் அழிய ஆரம்பித்துவிட்டேன் என்று தெரிகிறது. காலையில் விழிப்புத்தட்ட, பூனைபோல் நுழையும் முதல் எண்ணங் களே பெண்களை வாரித்தட்டிவிடுகின்றன. இன்று ஏன் இந்தப் பெண்கள்? நேற்று ஏன் அந்தப் பெண்கள்? கடவுளுக்குத்தான் வெளிச்சம். படக்காட்சி மனதில் ஓட ஆரம்பிக்கிறது. தத்ரூபம்... தத்ரூபம்... பேச்சும், பேசும்போது சுழியும் உதடுகளின் பாங்கும், நுனிநாவின் சிவப்பும்... நளினங்கள், உடல் வளைவுகள்... பின்னல்

குஞ்சலத்தின் அசைவுகள். ஜாலங்கள் ... வெட்கங்களை மாறி மாறி ஜன்னல் வழி விட்டெறிந்து உடல் களைத்து முடிகிறது ... கற்பனையின் ஓட்டம் முறிந்ததும்தான் மனம் களியாட்டம் கொண்டு அலைந்த அலைச்சலே தெரியவருகிறது. அப்போது சுயவெறுப்பு மூண்டு கழுத்தை நெரித்துக்கொள்ள வருகிறது. மீண்டும் மீண்டும் எனக்குத் தெரியாமலேயே நான் கழன்றுபோய் பெண் மேய்ந்து, மீண்டும் அலுத்து, மீண்டும் ...

அன்று ஓய்வு நாள். ஓய்வு நாட்கள் எவ்வளவு பயங்கர மானவை என்பதை அநுபவத்தால் அறிந்திருந்தேன். நினைவுகள் புறப்பட்டு ஹிம்சிக்க ஆரம்பித்துவிட்டால் ஒரே அவஸ்தைதான். தனியாக உட்கார்ந்து ஏங்கி அழக்கொண்டு விட்டுவிடும். சித்ரவதை ஆரம்பமாவதற்குள் என் கவனத்தைப் பறித்து என் சுய சிந்தனைகளை அறுக்க எங்கேயாவது என்னைச் சட்டென்று சொருகிக்கொண்டுவிட வேண்டும். ஜிவ் ஜிவ்வென்று முகத்தில் ரத்தத்தின் சூடேறவேண்டும். உடல் பூராவும் ஒரு கிளர்ச்சி. அப்படியே ஒன்றிப்போகிறேன். அசைவுகள் கனவு போலிருக்கும். எத்தனையோ வருடங்களாகிவிட்டன. இப்படித்தான் இருக் கிறேன்.

அன்று காலை விழிப்புத் தட்டியதும் பதட்டத்துடன் புறப்பட்டு இந்த ஊரை அடைந்து பல இடம் சுற்றித் திரிந்து விட்டு, இந்த மலையாளத்துக் கோயிலுக்கும் வந்து சேர்ந்து விட்டேன். தும்பு அறுக்கும் இந்த மனதைக் கடவுளிடம் கொடுத்து விட்டு நாள் பூராவும் இங்கேயே கழித்துவிடவேண்டும். இந்த யோசனை உருவானபோதே மனதின் தந்திரத்தை நினைத்துச் சிரித்துக்கொண்டேன். என்ன என்ன போர்வைகள்! பத்து வருஷங்களுக்கு மேலேயே இருக்கும். எனது தூரத்து உறவினர் ஒருவரிடம் அவருடைய சவடால் நண்பர் இஷ்டம்போல் மனம் விரித்து உடலுறவில் திளைக்கும் ஒரு சாகஸக்காரியின் பெயரை உச்சரித்த மாத்திரத்தில், அன்று அருகிலிருந்த என் மனதில், கூடுவிட்டுச் சிறகடித்து மேலே உயரும் புறாக்கள்போல் கற்பனை விரிந்து, அவளுடைய மனச்சித்திரம் மனதில் படிந்தது. அவளை அடைவதற்கான திட்டங்களை வெகு கெட்டிக்காரத் தனமாக நான் மனதில் பின்னிக்கொண்டிருந்ததால் பாக்கிப் பேச்சு என் காதில் விழவில்லை. சொன்னவரும் கேட்டுக்கொண் டிருந்தவரும் இவ்வுலகைவிட்டே போய்ச் சேர்ந்துவிட்டார்கள். எனக்குக் காதோரம் நரைத்துவிட்டது. முகமும் பழுத்துவிட்டது. இருந்தாலும் அவள் ... அந்த மனச் சித்திரம் ... அதற்குத்தான் எத்தனை உயிர்த் துடிப்பு, என்ன ஜீவகளை! என்னுடன் இணைந்து கைவீசி நடந்துவருவது போலவே இருக்கிறது. பெரிய உடல். முறம் மாதிரி முகம். காளிபோல் முகத்தில்

ஒரு வசீகரமான குரூரம். பெரிய நெற்றியில் பொட்டு என்ற பெயரில் குங்கும அப்பல். கண்களில் மை இட்டுக் காதுவரையிலும் இழுத்துவிட்டுக்கொண்டிருக்கிறாள். நடக்கையில் சதை உருளும் வயிறும் முதுகும். வெற்றிலைச் சிரிப்பு. சடைதட்டி விழுதுபோல் – இரண்டு பெரிசு, ஒன்று சிறிசு – மூன்று பிரிவாய்த் தொங்கும் தலைமயிர்க் கற்றை. அறையோரம் அதைத் தூக்கிச் சுவரில் குத்திட்டுச் சாய்த்து வைத்துக்கொண்டுதான் தூங்குவாளாம். இந்தக் கோயிலில் அவள் வேலை பார்ப்பதாகத்தான் அன்று அவர் சொன்னார். நன்றாக ஞாபகம் இருக்கிறது. பெயர்கூட ஞாபகம் இருக்கிறது.

மேலும் என் மனதுக்கு இது ஒன்றுதான் கோயில். நான் எங்கெங்கோ சுற்றியலைந்தாலும் என் கனவுகள் இந்தக் கோயிலைச் சுற்றிக் கவிந்து இருக்கிறது. எனக்கு எதுவும் வேண்டாம். இங்கு, இக்கோயிலில், அதோ அந்த மடப்பள்ளி வாசற்படிகளை ஒட்டியோ, அதோ சந்தனக்கல் பதித்திருக்கும் மூலையிலோ, வெற்றுடம்புடன் அரைத் துண்டோடு விழுந்து கிடந்து காலத்தைக் கழித்துவிட வேண்டும் என்று மனதுள் சபலத்துடன் பேசிக்கொள்வேன். ரிஷிகளும், மரவுரி தரித்த அழகிகளும், பாண்டவர்களும், கண்வரின் ஆசிரமும், குதிரைகளும் கண்ட காலப்பகுதியின் தெய்வீக நிமிஷங்கள் ஒன்று சேர்ந்து இந்தக் கோயிலுக்குள் இளைப்பாறிக் கிடக்கிறது. தூணும், கல்பாவிய பிரகாரங்களும், ஓடும் செம்புத் தகடும் வேய்ந்த தணிந்த கூரைகளும், அங்கு பொந்துகளிலிருந்து சிறகடித்து மேலெழும் புறாக்களும், வானம் தெரியும் முற்றங்களில் பரப்பியிருக்கும் வெள்ளை மணலும் சரித்திரத்தை ஏகமாய் விழுங்கி விட்டுப் பரிசுத்தம் பரிசுத்தம் என்று கத்துகின்றன. சாயங்கால நேரங்களில் ஈரம் சொட்டும் முடியாத தலைமயிருடன் உள்ளே நுழையும் ஒவ்வொரு மங்கையும் தன் எளிமையாலும், சுத்தத்தாலும், நளினத்தாலும், ஈரத் தலைமயிராலும் ஆடம்பரத்தையும், நிரீசுவர இரைச்சல்களையும் உடை நலுங்காமல் கொன்றுவிட்டு வரும் அமுக்கிகள் மாதிரி இருக்கிறது.

ஒருவிதத்தில் என் துரதிருஷ்டம் என்றுதான் சொல்ல வேண்டும். அன்று பார்த்து உற்சவ நாளாம். வழக்கத்திற்கு மாறாகச் சந்தடியும் கொஞ்சம் பரபரப்பும் இருந்தது. பெண்களும் குழந்தைகளும் பிரகாரங்களில் கூட்டம் கூட்டமாய் நகர்ந்து கொண்டிருந்தார்கள். சீவேலிக்கான ஆயத்தங்கள் நடைபெறுவதாகத் தெரிந்தது. தூய வெள்ளை வேஷ்டியும், இடுப்பில் முக்கோணமாய் மடித்த மஞ்சள் அரைத் துண்டும், நீண்ட நாசிகளுமாய் சிப்பந்திகள் ஆயத்தமாகிக்கொண்டிருந்தபோது, இவர்கள்தான் குருக்ஷேத்திரத்திலும் திரண்டார்கள் என்பது

தெரிகிறது. தீவட்டிகள் தயாராகிக்கொண்டிருந்தன. ஜ்வாலை படரும் தீவட்டிகள் பக்கத்திற்குப் பக்கம் மேலெழும்பிக்கொண் டிருந்தன. தீவட்டிகளின் அமைப்பும் அவற்றில் துணி சுற்றியிருந்த நேர்த்தியும், ஏந்திக்கொண்டிருந்தவர்களின் நீண்ட முகங்களும் ஒன்றுக்கொன்று வெகு இசைவாய் இருந்தன. தீவட்டியிலிருந்து எண்ணெய் சொட்டுமென்று எச்சரித்துப் பெண்களையும் குழந்தைகளையும் பின்னால் விரட்டினார்கள் சேவகர்கள். ஒருவருக்கொருவர் பிணைந்து நின்றுகொண்டிருந்த பெண்களும் குழந்தைகளும், பட்டும் பொன்னும் இறைத்து ஜோடனை செய்த அலங்கார வேலி மாதிரி சுய உணர்வின்றிப் பின்னும் முன்னும் நகர்ந்தார்கள். மகாராஜா வந்துவிட்டார் என்றும் பிரகாரம் சுற்றி வந்துகொண்டிருக்கிறார் என்றும் பேசிக்கொண் டார்கள். கோயிலில் வேலை பார்க்கும் பெண்கள் வெள்ளைச் சலவைத் துணியை வெகு நேர்த்தியாகக் கட்டிக்கொண்டு, எண்ணெய் மினுமினுப்புடன் தலையைச் சீவி, அவர்களுடைய இயக்கம் ஆரம்பம் கொள்வதற்கான கண் சமிக்ஞைக்காகத் துடித்துக்கொண்டிருந்தார்கள். அவர்கள்தான் ஒவ்வொரு நாள் விடியற்காலையிலும் அதற்கு முந்திய நாளைப் பெருக்கி வெளியே தள்ளி, அக்கோயிலைப் புராதனத்தில் நிறுத்தி வைத்துக்கொண் டிருப்பவர்கள். பனித்துளிகளாய் தங்கள்மீது படியப் பார்க்கும் காலத்தைப் புறங்கையால் தள்ளிக்கொண்டு அதே கோயிலில் அதே வேலைகளில் நூற்றாண்டுகளாய்க் கழித்துக்கொண்டிருக் கிறார்கள்.

என் உறவினரின் நண்பர் பிரஸ்தாபித்தவளும் இங்கு எங்கேயாவது இருக்கக்கூடும். நெல் குத்திப் புடைக்கும் இடத் திலோ அல்லது தவிடும் உமியும் அளந்து கட்டும் இடத்திலோ அவள் இருக்கக்கூடும். நம்பூதிரிக்கு அப்பம் சுட சீராய் பிய்த்துக் கொடுத்துக்கொண்டிருக்கக்கூடும். அல்லது எனது உறவினரும் அவருடைய நண்பரும் இன்னும் பலரும் மறைந்துபோனது போலவே அவளும் கண் மூடியிருக்கக்கூடும். இப்போது இங்கு எல்லாம் அந்தரத்தில் பொறித்துள்ள நிலையில் இயங்குகையில், அவளும் அதன் ஓர் உறுப்பாக இருக்கையில், என்னுடைய மோகத்தால் அவளைக் கழற்றுவது பாப காரியம் என்று படுகிறது. கோளங்கள், கிரகங்கள் இவற்றுள் ஓர் தப்பெண்ணத்தை ஏற்படுத்தி மனஸ்தாபப்படுத்தலாகாது எனத் தோன்றிற்று. அவளை நான் அழைத்தால், அவளும் அந்த எண்ணத்தோடு என்னைப் பார்த்தால், இங்கு அமுலிலிருக்கும் சரித்திர ஒத்திசைவு குலைந்து பெரும் விநாசம் விளையும். விரைந்து இயங்கும் ஓர் ராக்ஷச யந்திரத்திலிருந்து அந்த யந்திரத்துக்குத் தெரியாமல் ஓர் உறுப்பைக் கழற்றி ஒன்றுக்கொன்று மோதிச் சிதறும்

விபரீதத்தை உண்டுபண்ணுவது போலாகும். இவ்வாறு நான் என்ன என்ன யோசித்துக்கொண்டிருந்தேன் என்பதைக் கோர்வை யாகச் சொல்லத் தெரியவில்லை.

புசுபுசுவென்று கூட்டம் கலைய ஆரம்பித்திருந்தது. ராஜா வந்துவிட்டுப் போய்விட்டாராம். குழந்தைகளும் பெண்களும் அணைக்கட்டை உடைத்தாற்போல் கோயிலின் நான்கு வாசல் வழியாகவும் வெளியே வழிந்துவிட்டார்கள். பணிப்பெண்கள் ஒருத்தியைக்கூடக் காணோம். சிப்பந்திகளையும் காணோம். கோயிலின் நான்கு வாசல்களிலும் சிப்பாய்கள் மட்டும் மிடுக்குடன் எதுவும் நிகழாததுபோல் நின்றுகொண்டிருந்தார்கள். நுழைவு வாசல்களின் நீண்ட கற்படிகள், அதன்மேல் அப்பி யிருந்த குழந்தைகளின்றி பெண்களின்றி தனது ஆபரணங்களைக் கழற்றியதுபோல் நீளமூளிகளாய்த் தெரிந்தன. கோயில் முற்றங் களின் மணற்பரப்பில் ஒன்றை மற்றொன்று சிதைத்த பாதச் சுவடுகள் ஒன்றுகூட முழுசாய் இல்லை. கோயிலுக்குள் ஓர் ஆழ்ந்த அமைதி இறங்கிவிட்டது.

இருட்ட ஆரம்பித்திருந்தது. தெருவிளக்குகளின் வெளிறல் இன்னும் நீங்கவில்லை. என் மனதில் சங்கடம் கவிய ஆரம்பித்தது. எல்லாம் வீணாகப் போய்விட்டதாக எண்ண ஆரம்பித்தேன். அதிலிருந்து பச்சாதாபங்களும், பாபங்களும், ஆற்றாமைகளும் தொடர்ந்தன. கோயிலைவிட்டு விலகி நகர்ந்து சென்றுகொண் டிருந்தேன். அரை நினைவோடு, யோசனைகளைத் தணித்து, மேல் என்ன என்ற கேள்வியை எழவிடாமல் அமுக்கி வைத்த வாறு சென்றுகொண்டிருந்தேன். இவ்வுலகில் எனது ஸ்தானத் தைப்பற்றிப் பச்சாதாபம் எழுந்தது. மனதின் பாழ்பட்ட குகைகளிலிருந்து ஒவ்வொரு பேயாகப் புறப்பட்டு என்னைக் கிளறி துவசம் பண்ணுவதற்குள் அடுத்தாற்போல் எங்கேயாவது என்னைச் சொருகிக் கொண்டுவிட வேண்டும் என்ற யோசனை ஆரம்பித்தது. என் முழுக்கவனத்தையும் இழுத்து என் நினைப் பின்றி என்னைச் சுருட்டி மடியில் வைத்துக்கொள்ளக்கூடிய அனுபவம் ஒன்று எனக்கு அவசரத் தேவையாக இருந்தது. எங்கே அது? அவள் எங்கே? என் முகத்தில் ஜிவ் ஜிவ்வென்று ரத்தம் ஏற வேண்டும். என் நரம்புகள் முறுக்கேறி, கிளர்ச்சி உடலெங்கும் பரவ வேண்டும். காலத்திலிருந்து நான் அறுபட்டு எதனால் ஆகர்ஷிக்கப்படுகிறேனோ அதிலேயே ஒன்றி, ஒன்றும் தெரியாமல் போய்விட வேண்டும். என்னை ஏற்றுக்கொள்ள, எனக்குத் தெரியாமல் இப்போது என்ன உருவாகிக்கொண்டிருக் கிறது? அவள், இஷ்டங்களை விரித்து மனம்போல் எல்லாருட னும் படுத்துக்கொண்டவள் எங்கே இருக்கிறாள் இப்போது? அவள் அளித்ததெல்லாம் எந்தப் பெண் ஜென்மமும் ஒரு

ஆணுக்கு அளித்தது இல்லையென்றாரே அவர். முடியவும் முடியாதாம். அனுபவித்தவர்களின் அனுபவங்களை அந்தரங்க மாய் செவி நிறையக்கேட்டு ஏங்கி, அடையாததை எல்லாம் அடைந்ததாகக் கற்பனை செய்து, மனதால் தன் கற்பனைகளை நக்கிக்கொண்டே அன்று பேசினார் அவர். ராக்ஷஸி இறந்து போயிருக்கக்கூடும். அவளுக்கு மிகவும் பிரியமான புருஷர்களில் பிரியமானவனைத் தழுவிக் கிடக்கையில் அவள் உயிர் பிரிந்திருக்கும்.

'ஓ' என்ற ஆரவாரம் கேட்டது. கடல் அலைகள் கரையில் மோதிச் சிதறுவது மாதிரி. பெரிய வீதிக்கு என் கால்கள் என்னை நகர்த்திக்கொண்டு வந்திருப்பதை உணர்ந்தேன். லக்ஷக் கணக்கானவர்கள் ஒன்றுசேரக் கத்துகிறார்கள். அதுபோல் ஓர் ஊர்வலத்தை நான் அதற்குமுன் எப்போதும் பார்த்ததில்லை. பெரிய வீதியின் அகலத்துக்கு ஒரு கோட்டைச் சுவர் நகர்ந்து வருவது போலிருக்கிறது. தலைகள் – மயிர் வழித்த பச்சைப்பாசி படர்ந்ததுபோல் தலைகள். குல்லாய்கள். பட்டுச் சட்டைகள். அழுக்குச் சட்டைகள். வெளிநாட்டுக் குடைகள். உடல் போர்த்திய ஜரிகைக் கரை போட்ட அங்க வஸ்திரங்கள். வெற்றுடம்புகள். பூட்சுகள். தங்க ஃப்ரேம் மூக்குக் கண்ணாடிகள். கட்டம் போட்ட லுங்கிகள். தங்கப் பற்கள். முண்டாசுத் தலைகள் . . .

வீதியும் கட்டிடங்களும் ஸ்தம்பித்துவிட்டன. பாதசாரிகள் ஸ்தம்பித்து ரோட்டோரம் ஒதுங்கிவிட்டார்கள். கார்கள் வீதியில் ஓரங்கட்டி ஒன்றன்பின் ஒன்றாய் ஒதுங்க, அதன் வரிசை நீண்டுகொண்டே போகிறது. பஸ்கள் ஒதுங்கி நிற்க, ஊர்வலம் முடிந்து பின் கிளம்பும் நேரம் வரையிலும் காத்திருக்கப் பொறுமை யற்ற விவேகத்துடன் பிரயாணிகள் தொப் தொப்பென்று வெளியே குதித்து நடைபாதையில் ஏறி விரைகிறார்கள்.

லக்ஷக்கணக்கானவர்கள் இதுபோல் கத்துவதையும் இதற்கு முன் நான் கேட்டது கிடையாது. இந்தக் குரலின் தாக்குதலால் ஜன்னல்களிலும் கடை விளம்பரப் பெட்டிகளிலுமுள்ள கண்ணாடிகள் வெடித்துச் சிதறும் என்று தோன்றுகிறது. வயது வந்த பெண்கள் பூப்பெய்திவிடக்கூடும். ஊர்வலம் முடிவடை வதற்குள் அதில் அனேகர் மார்பு வெடித்து உயிர் துறக்கவோ அல்லது தொண்டை வெடித்து ரத்தம் கக்கவோ கூடும். எல்லோ ருடைய முகமும் ஒரே பாவத்துடன், ஒரே விதமான கோபத் துடன், கடுகடுப்புடன் இருக்கிறது. ஒருவருக்கொருவர் எவ்வித மன வித்தியாசங்களையும் கொள்ளாதது போலவும், ஆபாசமான ஒற்றுமையுடனும் மங்கலான கட்டுப்பாட்டுடன் நகர்ந்துகொண் டிருக்கிறார்கள்.

இப்போது நான் நடைபாதையில் ஒரு கார் ஓரம் வந்து விட்டேன். பழைய கறுப்புக்கார் அது. காரில் இரண்டு பெண்கள் இருந்தார்கள். முன் சீட்டில் ஒரு சின்னக்குட்டி. கெட்டிக்காரத் தனம் வழியும் குஞ்சு முகம். இரட்டைப் பின்னல். காலை பின்னால் மடித்து சீட்டில் முட்டை ஊன்றி ஊர்வலம் பார்த்துக் கொண்டிருக்கிறது. அப்பெண்ணின் கத்தலிலிருந்து அவர்கள் தமிழ் பேசக் கூடியவர்கள் என்பதை நான் தெரிந்துகொண்டேன். பின் சீட்டில் ஆரோக்கியத்தைக் காட்டும் விரிந்த முதுகுடன், சதுரமான முகமும், கறுப்பு உதடுகளும், கோணல் வகிடும், தங்க வளையல்கள் அணிந்த நீண்ட அழகான கறுப்புக் கைகளும் கொண்ட ஒரு பெண் உட்கார்ந்திருந்தாள். ஊர்வலக் காட்சி அவளை ரொம்பவும் துன்புறுத்துவது அவளுடைய நிம்மதியற்ற உடல் அசைவுகளாலும் முக பாவங்களாலும் எனக்குத் தெரிந்தது. அவளுடைய எரிச்சலைப் பகிர்ந்துகொள்ள ஆதரவு தேடி அவள் என் முகத்தைப் பார்த்தாள். நான் நடைபாதை மேட்டில் நின்றுகொண்டிருந்தபடியால் அவளுடன் பேச்சுத்தர வாய்ப்பான கோணமாக இருந்தது. அவள் பூரண கர்ப்பிணி. முன் சீட்டிலிருந்த குட்டி, “அக்கா அதோ அண்ணா . . . அதோ அண்ணா . . .” என்று ஒருவரைக் களேபரத்தில் கண்டுபிடித்துவிட்ட உற்சாகத்தில் பயங்கரமாகக் கத்திற்று. “சனியனே, ஏன் கத்தறே?” என்று பெரியவள் குழந்தையின் மண்டையில் தட்டினாள். “கேக்காது அக்கா” என்றது குட்டி. “எதுக்கு இப்படி கத்தறாங்க? பயித்தியம் புடிச்சுப்போச்சா?” என்றாள் பெரிய பெண். அப்புறம் வலது கையை முன்னால் நீட்டி, முகத்தைச் சுருக்கி அலுத்துக் கொண்டே, “என்ன ஸார் இது? . . . என்ன ஸார் இது?” என்றாள். நரம்புத் தளர்ச்சிக்கும் மனப் பதட்டதுக்கும் அவள் ஆளாகிக் கொண்டிருந்தாள் . . .

குழந்தை ‘அண்ணா’ என்று காட்டியவர் எதிர்சாரியில் ஒரு பெரிய கடை வாசலில் காகித உறைபோட்ட புதுக்குடையைத் துப்பாக்கி மாதிரி தோளில் வைத்தபடி நின்றுகொண்டிருந்தார். அவர் ஒல்லியாகவும், ரொம்பவும் சிவப்பாகவும், பெரிய வழுக்கையுடனும், சுத்தமாகச் சவரம் செய்த கன்னங்களுடனும் இருந்தார். அவருடைய முகத்தையும் வாயின் அமைப்பையும் பார்த்தபோது சரளமாக இங்கிலீஷ் பேசக்கூடியவர் மாதிரித் தோன்றிற்று. வரதக்ஷணைக்கு ஆசைப்பட்டுக் கறுப்பியும் ஸ்தூலியுமான ஒரு பெண்ணை அந்தக் காலத்தில் இந்த வழுக்கைக்குக் கட்டிவைத்ததின் விளைவுதான் காரிலுள்ள குழந்தைகள் என்று நான் எண்ணிக்கொண்டேன். தனது வாழ்வின் மொத்தமான நிலையில் ஒரு திருப்தியுடன், ‘இந்த ஊர்வலம் என்னை என்ன செய்துவிட முடியும்’ என்ற முகபாவத்துடன், ஓர் விமர்சனப்

புன்னகையுடன் அவர் நின்றுகொண்டிருந்தார். கூடிய சீக்கிரம் வந்துவிடுவதாகச் சமிக்ஞை காட்டிக்கொண்டே இருந்தார்.

"அண்ணாவுக்குத் தாண்டி வந்தால் என்ன? எனக்கு இங்கிருந்து போணம்" என்றாள் பெரிய பெண்.

"தாண்ட முடியாதக்கா."

"ஏன் முடியாது? இவங்க யாரு? ஊரை விலைக்கு வாங்கி யிருக்காங்களா? எதுக்கு இப்படி ஸ்தம்பிச்சுப் போகணும்? எதுக்கு இந்தக் காரெல்லாம் நிக்கணும்? பஸ்ஸெல்லாம் நிக்கணும்? மத்தவங்களைக் கஷ்டப்படுத்த இவங்க யாரு?"

ஊர்வலம் போய்க்கொண்டிருந்தது. எத்தனை மைல் அது இன்னும் வந்துகொண்டிருக்கும் என்று சொல்லவே முடியாது போலிருந்தது. லாரியில் ஒலிபெருக்கியைப் பொருத்திப் பயங்கர மாகக் கத்திக்கொண்டே போனார்கள். சிலர் இப்பெண்கள் இருந்த காரைக் கையால் தட்டிவிட்டுப் போனார்கள். காரைத் தாண்டிப் போகிறவர்கள் ஒவ்வொருவருடைய வாயும் கத்திக் கொண்டிருக்க, தாண்டி முடிவதுவரையிலும் காருக்குள் பார்த்துக் கொண்டே போனார்கள். அனேகமாக ஒவ்வொருவரும் இப்படிச் செய்தார்கள். சிலர் தாண்டிப்போனபின் திரும்பி காரின் கண்ணாடி வழியாக அவளுடைய முகத்தின் பக்கவாட்டைப் பார்த்துவிட்டுப் போனார்கள். எல்லோருக்குமே அவளைப் பிடித்திருக்கிறது. அவளைப் பார்த்துப் புன்னகை செய்துகொண்டே, 'தராத உரிமைகளைத் தட்டிப் பறிப்போம்' என்று உரக்கக் கத்திவிட்டு, மீண்டும் புன்னகை செய்தவாறே தாண்டி மறைந்தான் ஒருவன். "என்ன கத்தறாங்க?" என்று அவளை நான் கேட்டேன். அவள் தமிழில் மொழிபெயர்த்துச் சொல்லிக்கொண்டே வந்தாள். அது பாட்டு மாதிரி இருந்தது. 'வாலை ஆட்டினால் வாலை நறுக்குவார்களாம்.' 'நெரிக்கிறவன் குரல்வளையை நெரிப்பார்களாம்.' 'தராத உரிமைகளைத் தட்டிப் பறிப்பார்களாம்.'

"எதுக்கு இந்த ஊர்வலம்?"

அவள் தனது வலது கையை சீட்டில் ஊன்றிச் சரிந்து கொண்டே, ஊர்வலத்தில் சென்றுகொண்டிருந்த ஒரு சிறுவனைப் பார்த்து ஏதோ கத்திக் கேட்டாள். அப்புறம் என் பக்கம் திரும்பி "நபி நாயகத்தின் தினம் கொண்டாடுகிறார்களாம்" என்றாள். "அத்தனை பேரையும் எனக்குச் சுட்டுக் கொல்லணும்னு தோணறது" என்று அவள் கத்தினாள்.

"உங்களுக்கு அரசியல் உண்டா?" என்று கேட்டேன்.

"ஊஹூம்" என்றாள்.

"நியூஸ் பேப்பர் படிப்பேளா?"

"படிக்கிறதே இல்லை."

"எதுக்கு உங்களுக்கு இப்படி கோபம் வரணும்?"

அதற்கு அவள் பதில் சொல்லாமல், "என்ன ஸார் இது? என்ன ஸார் இது?" என்றாள்.

"நான் போன மாசம் வடக்கே போயிருந்தேன், எங்க ஆபீசிலிருந்து அனுப்பியிருந்தாங்க . . ."

அக்கா சீட்டில் நகர்ந்து வந்து முகத்தில் ஆவல் வெளிப்படக் கேட்க ஆரம்பித்தாள். சின்னக் குட்டியும் பின்னால் திரும்பிக் கொண்டது.

". . . ஒரு நவராத்திரி. பன்னண்டு ஒரு மணி இருக்கும், டீ சாப்பிட ஒரு ஓட்டலுக்குப் போனேன். சர்வர்கள் யாரையும் காணோம். தேடிண்டே கிச்சன் பக்கம் போயிட்டேன். ரகஸ்யமா ரேடியோ வெச்சுக் கேக்கறாங்க. இவங்கதான். எல்லையில் சண்டை நடக்கிற சமயம். நம்ம படை பின்வாங்கித்து, உதை பட்டுதுனு நியூஸ் சொன்னதும் கைதட்டிண்டு எழுந்து குதிச்சாங்க . . ."

"நிஜமாகவா?"

"நிஜம்மா. கண்ணாலே பார்த்தேன் . . ."

அந்தப் பெண் அவசரமாய் சீட்டின் வலது ஓரத்துக்கு நகர்ந்து சென்றாள். வெளியே அப்போது போய்க்கொண்டிருந்தவர்களைப் பார்த்து ஏதோ கத்த ஆரம்பித்தாள். ஒரு கிழவன் நின்று கேட்டான். அவள் என்னைக் காட்டிக்காட்டி அவனிடம் பேசினாள். அவன் அவள் பேச்சை முடிப்பதற்குள் என் பக்கம் திரும்பி ஏதோ கத்திக் கேட்டான். எனக்குப் புரியவில்லை. எனக்குப் பதிலாக அவள் பதில் சொல்லிக்கொண்டிருந்தாள். நாலைந்து பேர் கிழவனைச் சுற்றிச் சேர்ந்துவிட்டார்கள்.

எதிர் சாரியிலிருந்து அந்தப் பெண்களின் அப்பா வந்து டிரைவர் சீட்டில் ஏறி அமர்ந்துகொண்டார்.

"எத்தனை நேரமா கால்கடுக்க நிண்ணுண்டு இருந்தேள்? ஊர் வலத்தை முறிச்சுண்டு வந்தா என்ன?"

"எதுவும் இப்பொப் பேசாதே" என்றார் அவர்.

இரண்டு மூன்று பேர் காரைச் சுற்றி ஓடி வந்து என்னைப் பிடித்துக்கொண்டு மாறிமாறி அடிக்க ஆரம்பித்தார்கள்.

"காரிலே ஏறிடுங்கோ" – அந்தப் பெண் தலையை வெளியே விட்டுக் கத்தினாள்.

கார் அவசரமாய்க் கிளப்பப்பட்டு நகர ஆரம்பித்தது.

உடல் வலிக்குப் பயந்து அவர்களிடம் அளவுக்கு மிஞ்சி யாசித்துவிட்டதைப் பின்னால் பலதடவை எண்ணி நான் வெட்கப்பட்டிருக்கிறேன். ஆனால் அப்போது எப்படியாவது தப்பித்துக் கொள்ள வேண்டும் என்றுதான் இருந்தது. சிறுபையன் களின் கால் பிடித்துக் கெஞ்சும் அளவிற்குப் பயந்துபோய் விட்டேன். அடியும் சற்று பலம் என்றுதான் சொல்லவேண்டும். தோள்பட்டையிலும் பிடரியிலும் மாறிமாறி விழுந்தது. அதில் ஒருத்தனின் ருசி ரொம்பவும் அலாதியானது. என் மூக்கிலும் வாயிலும் மட்டும் சேர்ந்து படும்படியாக அவன் அடித்துக் கொண்டிருந்தான். வேறு எந்த இடத்திலும் படவே இல்லை. அவன் கையெல்லாம் ரத்தம் ஆகிவிட்டது. அதை கைக்குட்டை யால் துடைத்துக்கொள்ள அவனுக்கு விருப்பமில்லை. குழாய் இருக்கிறதா என்று சுற்றிலும் பார்த்தான். கடைசியில் புழுதியை அள்ளி இரு கைகளையும் அதில் தேய்த்துக்கொண்டான். ஊர்வலம் வெகுதூரம் நகர்ந்துவிட்டதை நல்லவேளை யாரோ ஞாபகப்படுத்தினார்கள். ஆளுக்கு ஒரு கடைசி அடி தந்துவிட்டு, ஊர்வலத்தின் வாலைப் பிடிக்க எல்லோரும் ஓடினார்கள்.

சதங்கை, 1973

பல்லக்குத் தூக்கிகள்

மனசு ரொம்பவும் சங்கடப்பட்டுக்கொண்டிருந்தது. ஓயாமல் ஒரு துக்கம். மனம் சதா அழுதுகொண்டிருக்கும். எதற்கு என்பது தெளிவாகவில்லை. ‘எல்லாம் முடிந்தது, அவ்வளவுதான்’ என்று மனசுக்குள் கசந்த முணுமுணுப்பு வெளிப்பட்டுக்கொண்டிருக்கும். இருந்தாலும் வெளிக்குச் சாதாரணமாக நடமாடிக்கொண்டிருந்தேன். நண்பன் சொன்னமாதிரி இதில் ஒரு பயிற்சி இருந்தது. எவ்வளவு தான் தேற்றியும் தேறாமல், விஷம் தின்ற சடைநாய்மாதிரி மனம் புரண்டு புரண்டு துடித்தது. ஊர்விட்டு அலைவோமா என்று தோன்ற ஆரம்பித்தது. கஷ்டமான நாட்களை அலைந்து உடம்பை இம்சித்துக் கழித்திருந்தேன். இதில் நிவர்த்தியும் சொல்லும்படி இருந்தது இல்லை. இருந்தாலும் மூச்சுத்திணறிக் கிளம்பிச் சென்றேன். எங்கெல்லாம் சுற்றினேன் என்பது குழம்பிவிட்டது. உடம்பு க்ஷீணித்து, மனசும் தளர்ந்து, கடைத்திண்ணைகளில் உட்கார்ந்து போகிறவர்கள் வருகிறவர்களை இடுப்புக்குக் கீழ் பார்த்துக்கொண்டு கழிப்பேன். கடைசியில் ஒரு மலைக்கோயில் போய்ச் சேர்ந்தேன்.

அங்கு போகக் காரணம் தூரத்து நண்பன் ஒருவன் மனக்கஷ்டம் ஏற்பட்டபொழுது அங்கு சென்றதாக மற்றொரு நண்பனிடம் எந்தக் காலத்திலோ சொன்னது நினைவில் முளைத்ததுதான். ஒரு ஜேஜே ஊர். அதுதான் ரொம்பக் கஷ்டமாக இருந்தது. ஒதுங்கி ஒதுங்கிப் போனாலும் கால்களும் கைகளும் கொத்துக் கொத்தாய் என் முகத்தில் வந்து சரிந்துகொண்டிருக்கும். புயல் வரப் போவது மாதிரி சதா ஒரு இரைச்சல். படிக்கட்டுகளிலும் மண்டபங்களிலும் பெண்கள் தாறுமாறாய்க் கிடந்தார்கள். தள்ளித் தள்ளிப்போனதில் ஒரு மண்டபம் வந்து சேர்ந்திருந்தது. பக்கத்தில் ஒரு சுடுகாடு இருப்பது மாதிரியும்,

பிணத்தைப் பொசுக்க வந்தவர்கள்தான் மண்டபத்தில் காத்துக் கொண்டிருக்கிறார்கள் என்றும் ஒரு எண்ணம். அப்படி இல்லை. சாதா இடம்தான்.

ஆட்களுக்கு வாட்டசாட்டமான உடம்பு. பயில்வான்கள் மாதிரி. பக்கடா மீசைகள். முண்டாசு தார்பாய்ச்சிக்கட்டு. தொடைகளில் எல்லாம் அட்டைகள் சுருண்ட மாதிரி ஒரே கறுப்பு மயிர். மொத்தத்தில் எனக்கு ஒரு அருவருப்பு ஏற்பட்டது. பொல்லாதவர்கள் என்ற எண்ணம் ஏற்பட்டது. பாதங்களில் நரம்பு புடைத்துத் தெறித்துக்கொண்டிருந்ததால் நிற்க முடிய வில்லை. படியில் உட்கார்ந்தேன். பின்னாலிருந்து முரட்டுத் தனமான குரலில் எச்சில் தெறிக்கக் கத்திக்கொண்டிருந்தது எரிச்சலாக இருந்தது. பிரியத்துடன் கெட்ட வார்த்தைகள் சேர்த்து சேர்த்துப் பேசினார்கள். அவர்களுக்கும் எனக்கும் ஏதாவது உரசல் ஏற்படும் என்று எனக்கு மணத்துக்கொண் டிருந்தது. ஒரு சிலேடையும் சில கெட்ட வார்த்தைகளும் என் ஜாதியைக் குறிப்பது மாதிரி வந்தன. நான் எங்கள் ஊரில் இருப்பது மாதிரி இல்லாமல் சரியான ஊர் சுற்றி மாதிரி இருந்ததால் அப்படி ஏதாவது கிறீச்சிட்டால் கெட்ட வார்த்தை களைக் கத்தித் தீர்க்கவேண்டுமென்று தீர்மானித்துக்கொள்ள விரும்பினேன். என்னிடம் தோற்றோம் என்ற எண்ணம் ஏற்பட்டால் அவர்கள் என்னை வெட்டிப் புதைத்துவிடக்கூடும். இடமும் தோதாக இருந்தது.

ஒருவன் என் பின்பக்கத்திலிருந்து என் மணிக்கட்டில் உரசிக்கொள்வது மாதிரி நெருங்கி இறங்கி மண்தரையில் சாடினான். அவன் அனாவசியமாகக் கால்களை தொம்தொம் என்று வைத்து இறங்கினான். தூசி கூடுதலாகக் கிளம்பி காலை வெயிலில் அந்தரத்தில் மஞ்சள் குளித்த மார்பில் தூண்கள் மாதிரி உருண்டன. அவன் சாமர்த்தியசாலி மாதிரி நின்றான். அவன் சாமர்த்தியம் என்ன என்று நான் கேட்டுக்கொண்டேன்.

அவன்மேல் மனசுக்குள் ஒரு கெட்ட வார்த்தை போட்டேன். இதனால் சிறிது சந்தோஷம் ஏற்பட்டது. அவனுடைய அசைவு களும் முகபாவங்களும் தரங்கெட்ட நாடகப் பாங்காக இருந்தன. அவனுடைய கால்களுக்குப் பின்னால் கள்ளிப் புதர் பக்கம், வற்றல் கூழ் மாதிரி மலம் கழித்திருந்த வரிசைக்கு முன்னால் ஒரு பெரிய சாமான் தெரிந்தது. படுதாத் துணிபோட்டுப் பெரிதாக மூடி வைத்திருந்தது அந்தச் சாமானை. என்ன அது தெரியவில்லை. வயிற்றோடு முகத்தைச் சேர்த்துக்கொண்டு தூங்கும் ஒரு ஒட்டகத்தைப் போர்த்தி வைத்திருந்த மாதிரி இருந்தது. குரலில் வாடை கலந்து வந்தது. எல்லோரும் குடித் திருந்த மாதிரி இருந்தது. வார்த்தைக்கு வார்த்தை கெட்ட

வார்த்தை. ஒட்டகம் வாயாலும் கால்களாலும் படுதாத் துணியை பலாத்காரமாக இடுக்கிக்கொண்டிருப்பது மாதிரி, கைகளால் தேர்வடம் இழுப்பதுபோல் நடித்துக்கொண்டு அவன் படுதாத் துணியைச் சுருட்டி இழுத்தான். என் பின்பக்கமிருந்து பெரிய சிரிப்புக்கள் அருவருப்பாக வந்தன. ஒரு பல்லக்கு. அந்தக் காலம் வழிகிறது அதில். ஆகப்பழசு. தடித்தடியாகப் பழைய காலத்துக் கட்டைகள். கட்டைகளின் தொலியை சில இடங்களில் பூச்சி அரித்திருந்தது. அது சட்டையில் நூலைப் பிரித்த இடம் மாதிரி இருக்கிறது. உளுத்திருக்கவில்லை. சேர்மானங்கள் நல்ல நெருக்கம். ஊதுவத்தி குத்த முடியாது. ஒரு பக்கத்துக்கு எத்தனை பேர் தூக்குவார்களோ தெரியவில்லை.

“கிளம்புங்க அப்பா” என்று கத்தினான் பல்லக்கை வெளிப் படுத்தியவன். எல்லோரும் ஆடியாடி வந்தார்கள். முழங்காலிலும் பாதங்களிலும் ரத்த ஓட்டம் ஸ்தம்பித்து சற்று மரப்புத் தட்டி விட்டதுபோல் ஒரு தினுசாக ஆடியாடி வந்தார்கள். மண்டபத் தின் இன்னொரு பக்கத்திலிருந்து ஒருவன் ஒரு அம்மியைத் தலைக்குமேல் தூக்கிக்கொண்டு வந்தான். பாரம் அழுந்த உயர்ந் திருந்த அவன் கைகள் நடுங்கின. அம்மி கையை மடக்கி விடும்போல் இருந்தது. கழுத்து நரம்புகளும் ஒரு மண்புழுவை நுழைத்ததுபோல் கவனத்தைக் கவரும்படி ஒரு நடுநெற்றி நரம்பும் புடைத்திருந்தன. அசப்பில் பின்பக்கம் திரும்பிய ஒருவன் இதைக் கவனித்து “விலகுங்கப்பா விலகுங்கப்பா” என்றான். பலர் தவறாக விலகிக்கொண்டார்கள். அவன் அம்மியை மண்ணில் போட்டுவிட்டுப் பின்பக்கம் நகர்ந்தான். மண் கிழித்து புழுதி பறந்தது. சிலர் ஹூம் ஹூம் என்று ஒரு மூச்சுக் கலந்த அசட்டுச் சத்தத்தை ஏற்படுத்தினார்கள். அவன் ஓடிப்போய் ஒரு பெரிய குழவியை தூக்கிக்கொண்டு வந்தான். அது அம்மிக் குழவியல்ல. ஒரு ராக்ஷஸ ஆட்டுக்கல் குழவி. தலை பருத்து இடை ஒடித் தேய்ந்து பள்ளம் வழவழவென்று நிறங்குறைந்து இருந்தது. இதுபோக இன்னும் இரண்டு சாமான் களையும் அவன் கொண்டுவந்து போட்டான். ஒரு மைல் கல். மேல் வளைவு உடைந்து, உடைந்த பகுதி அழுக்குப்படாமல் புதுசாக இருந்தது. இன்னொன்று என்னவோ ஒன்று. இது இரும்பு ஏர் மாதிரி இருந்தது. அதைப் பார்க்கும்போது அதன் கனம் நம் மனசை அழுத்தும். அது ஏதோ ஒரு யந்திரத்தின் உடைந்துபோன உறுப்பு. ரொம்ப விசித்திரமானது. அதை இழுத்துக்கொண்டுதான் வந்தார்கள். எல்லாவற்றையும் கயிற்றால் கட்டி ரொம்ப சிரமப்பட்டுப் பல்லக்குக்குள் தூக்கி வைத்தார்கள். நான் எழுந்திருந்து அவர்கள் பக்கம் சென்று என் முகம் பார்த்தவனை எதற்கு என்று முகத்தால் கேட்டேன். அதற்கு அவன் ஒரு தினுசாகச் சிரித்தான். அது செவிடனின் சமாளிப்பு

மாதிரி இருந்தது. ஆனால் அவன் காது கேட்கிறவன்தான். எனக்குத் தெரிந்தது. எல்லோரும் முண்டாசை உதறினார்கள். அப்போது மாறி மாறி எழுந்த உதறல் சத்தத்தில் யாருக்கு அதிக சத்தம் என்ற போட்டி ஏற்பட்டு ஆங்காரத்துடன் வீசினார்கள். அதில் பல கெட்ட சத்தங்களின் நினைவுகள் அவர்களுக்கு உண்டாகி அதை உறுதிப்படுத்துவதுபோல் முனகல்களும் முகக் கோணல்களும் எழுந்தன. அவர்கள் எல்லோரையும் ஸ்திரீ தாகம் வாட்டி எடுப்பது மாதிரி தோன்றிற்று. அதற்காக அவர்களுடைய சதை அவர்களைக் கிள்ளிக்கொண்டிருப்பது மாதிரி இருந்தது. பல்லக்கு தோள் ஏறிற்று. நித்திய பழக்கம்போல் முன்பின் பிரிந்து கொண்டார்கள். தோள் மாற்ற கட்டைகளும் இருந்தன. அதைப் புழுதி பறக்கப் பொத் பொத்தென்று மண்ணில் ஊன்றிச் சென்றார்கள். நானும் அவர்கள் பாதங்களைப் பார்த்த படி பின்னால் சென்றேன்.

மலைமேல் கோயில் போய்ச் சேரத்தான் புறப்பாடு என்று தோன்றிற்று. ஆனால் எத்தனை படிகள். காரை பெயர்ந்து செங்கல் உடைந்து அகலம் குறைந்த படிகள். நடு நடுவே தங்கி இளைப்பாற ஓடு வேய்ந்த கூரைகள். உடைந்து உதிர்ந்த ஓடுகள். இடையே பனங்கம்புகள். எத்தனையோ தடவை சுற்றிச்சுற்றி வந்திருந்தும் படிக்கட்டின் நுழைவு வாசல் எங்கே என்பது எனக்குத் தெரிந்திருக்க வில்லை. மலையில் ஆங்காங்கு மனித உருவங்கள் அசைந்தன. பெண்களின் சிவப்புப் புடவைகள் வெயிலில் பளபளத்து இங்கும் அங்கும் காட்டுத்தீ போல் தெரிந்தன. நுழைவு வாசல் எனக்குப் புலப்படாமல் போனது ஒரு குறையாக எனக்குப் பட்டது. ஏதோ மனசில் கற்பனை செய்துகொண்டேன். அங்கு ஒரு வளைவும் அதனடியில் யானையும் நிற்கும் என்று தோன்றிற்று. யானையைப் பிச்சை யெடுக்கப் பண்ணிக்கொண்டிருப்பான் யானைப்பாகன். பிச்சை எடுக்கிறோம் என்பது யானைக்குத் தெரியாததால் யானை பிச்சையெடுக்கவில்லை என்றும், பிச்சை எடுப்போனும் பிச்சை கொடுப்போனும் ஒரே அம்சம் ஆதலால் யானைப்பாகனும் பிச்சை எடுக்கமுடியாது என்றும் எங்கள் அண்டை வீட்டு வை. மு. சாஸ்திரி சொல்லக்கூடும். சில சமயம் நான் அவரிடம் பேசிக்கொண்டிருப்பேன். இருந்தாலும் இந்தப் பல்லக்குத் தூக்கிகள் நுழைவு வாசலை எப்படி வெளிப்படுத்தப் போகிறார்கள் என்பதில் எனக்கு ஏனோ கணத்திற்குக் கணம் ஆர்வம் பெருகிற்று. அவர்கள் சந்துசந்தாக ஏறி இறங்கிக்கொண்டிருந் தார்கள். புறப்பட்ட இடத்திற்கு இனிமேல் போக முடியாது. நான் சற்றும் எதிர்பாராத கணத்தில் வாசல் பளிச்சென்று முன்னெழும் என்ற எண்ணம் ஏற்பட்டு ஒரு கலவர உணர்ச்சி தோன்றியது.

அவர்கள் கள் நாற்றத்துடன் பேசிக்கொண்டிருந்தார்கள். மேலதிகாரிகளையும் போதனைகளையும் புனிதத்துவத்தையும் எள்ளி நகையாடுவதில் ரொம்பவும் சந்தோஷம் வெளிப்பட்டது. பார அழுத்தத்தால் குரல் அமுங்கி வந்ததால் காற்றை எதிர்த்து மிகுந்த ஆயாசப்பட்டுப் பேசினார்கள். மலையும், பெண்களின் சேலை நிறங்கள் தீ மாதிரியும் மீண்டும் தென்பட ஆரம்பித்தன. தெரிந்த கும்பல் மறைந்து தெரியாத கும்பல் தெரிய ஆரம்பித்தது. பல்லக்குத் தூக்கிகள் முதுகுகளில் வியர்வை துளிர்த்தது. துளிகள் சேர்ந்து வியர்வைக் கோடுகள் இணைந்து கீழ்நோக்கி வேகமாக வழிந்து வேட்டிக்குள் இறங்கின. கனம் தாள முடியாமல் இறக்கக் கேவின அவர்களுடைய அங்கங்கள் என்பது நடையின் தள்ளாட்டத்தில் தெரிந்தது. "முருகா, சோதிக்காதே அய்யா" என்று ஒருவன் கத்தினான். ஒரு முனிவரின் முதுகில் அஸ்திரம் பாய்ந்தபோது வெளிப்பட்டது போல் உருக்கமாக இருந்தது. "வந்தாச்சு, வந்தாச்சு" என்றான் ஒருவன். படக்கென்று ஒரு திரும்பு திரும்பியது பல்லக்கு. ஒரு நுழைவு வாசல் வெளிப் பட்டது. நுழைவு வாசலில் ஒரு குட்டிக் கோவில். என்ன சாமி என்பது தெரியவில்லை. சாஷ்டாங்க நமஸ்காரம் செய்து தான் பார்க்கவேண்டும். குட்டிக் கோவிலிலிருந்து சில கஜ தூரத்தில் ஒரு மண்டபம் தெரிந்தது. சிறுநீர் கழிக்க முட்டிப் போனது மாதிரி அவர்கள் அவசரத்துடன் பொறுமை இழந்து பல்லக்கை இறக்கினார்கள். பல்லக்கை நேர்த்தியாகத் தரைதட்ட வைத்துவிட வேண்டுமென்று ஆசைப்பட்டு முயன்றும் மண்டபத் தரையில் அது இடித்துக்கொண்டு உட்காரும்படி ஆயிற்று. "முருகா, சோதிக்காதே" என்று ஒருவன் கூவினான்.

எதிர்சாரி டீக்கடையிலிருந்து ஒரு ஒல்லி ஆசாமி வெளிப் பட்டான். டீக்கடை வாசலில் கறுப்புப் புதுசீட் பளபளப்பு சைக்கிளை அதன் சீட்டில் பிரியத்துடன் தட்டி முன் தள்ளி உருட்டிக்கொண்டு வந்தான். ஒரு பல்லக்குத்தூக்கி அவனைப் பார்ப்பதைப் பார்த்து, எல்லோரும் திரும்பிப் பார்த்தார்கள். எல்லோரும் தன்னைப் பார்த்துக்கொண்டிருக்கும் கஷ்டத்தி னால், இடைவெளி அசிங்கப்பட்டு அழுத்த, அவர்களைக் கவனியாதுபோல் அவன் பராக்குப் பார்த்துக்கொண்டே வந்தான். வேப்ப மரத்தடியில் சைக்கிளைத் தூக்கி நிற்க வைத்து மீண்டும் சீட்டில் தட்டினான். சைக்கிள் அவனுக்குச் செல்லம். அதைச் செலுத்தித் தீராதவன் அவன். மண்டபத்தின் முன்னால் வந்ததும் முகத்தைத் துடைத்துக்கொண்டான். நல்ல பவித்திரமாக இருந்தான். கனைத்துவிட்டுப் பேச ஆரம்பித்தான்.

"எண்ணைக்கும் சொல்றத இண்ணைக்கும் சொல்றேன். அழுக்கத் தந்து சலவையை வாங்கிக்கிங்க."

"அப்புறம்?"

"முகத்தை வளிச்சிட்டு வாங்க. எச்சிலைத் துப்பாம இருங்க. புட்டியெச் சொறியாதீங்க."

"அண்ணைக்கு மட்டும்தானா?"

"மகாராஜா வந்து போறவரை ..."

"மகாராஜாவா?"

"இல்லை பெரியவர். அதுதான் சரி. பெரீஈஈயவர். மாத்தி மாத்திச் சொல்றாங்க. ராஜான்னு சொல்றாங்க. கவர்னர்னு டறாங்க. திவான் டோய் என்கிறாங்க. குளப்பறாங்க. பொதுவாகச் சொல்றேன், பெரியவர்னு ..."

"பொதுவாகப் பேசினா வம்பில்லே. பெரியவர்னு சொன்னா பெரியவர்தானே? என்னா எடை இருக்கும்?"

தமாஷுக்கு இழுத்து கேலிக்கூத்தாக அடிக்கும் முனைப்புத் தெரிந்தது. சீரழித்துப் பார்க்க ஆசைப்படுவதை உணர்ந்து, பேசியவன் முகத்தைக் கடுகடுப்பாக வைத்துக்கொண்டான்.

"கும்பிடுங்க. கும்பிடறது நல்லது. பவ்வியம். பவ்வியம். ரொம்ப முக்யம். முதுகை வளைச்சு வாயைப் பொத்தி ..."

"வாயைப் பொத்தி முதுகை வளைச்சு ... முதுகை ஒடிச்சு ..."

"பெரியவர் பல்லக்கிலே ஏறிக்கிறார் ..."

"விதானத்தைத் தூக்கணும்னு சொன்னீங்க..?"

"உட்கார்ந்து நகர முடியுமானு பாக்க, அசைவும் நடமாட்டமும் பாத்துவர, முந்திவர ஊருக்குப் போயிருக்காங்க. வந்தாத் தெரியும்."

"என்னப்பா ... முருகா ... பழனியாண்டவா ..."

"முருகான்னு கூப்பிட வேண்டாம். இப்பொ இல்லை. பெரியவர் முன்னாடி. சுப்ரஹ்மண்யா ... சுப்ரஹ்மண்யா அப்படீன்னு ..."

"ரொம்பக் கஷ்டம் ... சோதிக்காதீங்க ..."

"கஷ்டமில்லை. பழகணும். பழகினா நாக்கு வளையும். உடம்பும் அப்படித்தான். மனசும் அப்படித்தான். புத்தியும் அப்படித்தான் ..."

"சரி, அப்புறம்?"

"சொன்னதைச் சொன்னதைச் சொல்லச் சொல்றீங்க."

"கேட்டதைக் கேக்கறதுக்கு சுகமா இருக்கு . . ."

"பல்லக்குத் தோளை அழுத்தறதுன்னா வழக்கம்போல ஆய்ஊய்னு கத்தப்புடாது. பெரியவருக்கு சத்தம் ஆகாது. இறக்கணும்னா, 'வள்ளி வந்தாச்சு'ன்னு சொல்லுங்க. மறு பக்கத்துக்காரங்களுக்கும் சரீனுபட்டுதுனா, அவங்க, 'அதுக் கென்ன தெய்வானையும் வந்தாச்சே' அப்படீன்னு சொல்லணும். இறக்கி தோள் ஆத்திக்கிடலாம். இறக்கிப்புட்டு எப்பவும் செய்யறாப்லே பல்லக்குக்குள்ளே எட்டிப் பாக்கப்படாது. வேர்வையை கட்டை விரலாலே வழிக்கப்படாது . . ."

"அண்ணைக்கு மட்டும் தானே?"

"அவரு எண்ணைக்கு வாறார்னு தெரியலே."

"அப்படீன்னா எண்ணைக்கும் இதே வேலையா?"

"ஆயுள் பரியந்தம் செய்யணும்னாலும் செய்யவேண்டியது தான். இது இல்லைன்னாலும் இது மாதிரி இன்னொண்ணத் தான் செய்யவேண்டியிருக்கு. பழகிக்கிட்டா எல்லாம் சுலபமாகத் தெரியும். பழக்கம் விட்டுப்போனா உடம்பு வலி எடுக்கும் . . ."

அவன் மண்டபத்திலிருந்து இறங்கி வேகமாகப் படியேறி னான். குழந்தைபோல் அனாயாசமாய் ஏறினான். சுமார் இருபது இருபத்தைந்து படிகள் ஏறியபின் சடேரென்று பின்னால் திரும்பினான். பல்லக்குத் தூக்கிகள் அவனைப் பார்த்துச் சிரித்தபடி நின்றுகொண்டிருந்தார்கள். அவன் முகத்தில் கடுகடுப் புடன் அவர்களை வெறித்தான்.

"ஐயா, ஐயா" என்று கத்தியபடி ஒருவன் டீக்கடை வாசலி லிருந்து வந்தான். அவன் கையில் செய்திப் பத்திரிகை ஒன்று படபடத்துக்கொண்டிருந்தது. சாக்கடையில் விழுந்த ஒன்றை இருவிரல்களால் ஓரம் பிடித்துத் தூக்கிவருவது மாதிரித் தூக்கி வந்தான். படியேறி மேலே சென்றான். அவன் அருகில் சென்று, பத்திரிகையை அப்படியும் இப்படியும் திருப்பி ஒரு இடத்தை விரல்சுட்டிக் காட்டினான். அவன் செய்தித்தாளைக் கையில் வாங்காமல் கண்ணோட்டம் விட்டான்.

"என்ன விஷயம்?" என்று கேட்டார்கள் பல்லக்குத் தூக்கி கள்.

"ஒண்ணுமில்லே. பெரியவர் யாத்திரை ரத்தாகியிருக்குன்னு போட்டிருக்காங்க."

"விடிஞ்சுதுடா அப்பா, முருகா, என் அய்யனே!"

கீழே சளசளவென்று பேச்சு ஆரம்பமாயிற்று.

“இதாப் பாருங்க. நமக்கு அதிகார பூர்வமாத் தெரிவிக்கலே. தூக்குங்க.”

எல்லோரும் தயங்கியவாறு நின்றார்கள். “பழக்கம் விட்டுப் போச்சுன்னா உங்களுக்குத்தான் கஷ்டம். நாளைக்கே வாறார்டா அப்படீனு மாத்திச் சொல்லுவாங்க. நாம நம்ம வேலையைச் செய்துக்கிட்டே இருக்கணும்.”

“அந்தக் கலப்பையை மட்டும் தூக்கி வெளியிலே வச்சுடலாமா? அளுத்துது.”

“இருந்துட்டுப் போவுது. ஜாஸ்தி தூக்கிப் பளகறது பின்னாலே ஏந்தல்.”

“வழக்கம் போல முருகானு கூப்பிடறோமே . . .”

“உங்க இஷ்டம்.”

“முருகா முருகா” என்று கத்தியபடி பல்லக்கைத் தூக்கித் தோளில் வைத்துக்கொண்டார்கள். வெயில் உச்சியில் ஏறி இருந்தது.

ஞானரதம், 1973

வாசனை

சாம்பசிவன் தன் மனைவி லலிதாவுடன் அந்தப் புண்ணிய ஸ்தலம் வந்து சேர்ந்தபோது காலை வெயில் உக்ரம்கொள்ள ஆரம்பித்திருந்தது. அவர்கள் அதிகாலையில் சேர இருந்ததை எண்ணி வந்தவர்கள். வாகனங்கள் ஏமாற்றிப் பிந்திப்போனதில் அலுப்படைந்து, வேறு பல அசௌகரியங்களையும் வழி நெடுக வார்த்தையாடி மனதில் உப்பவைத்து வந்து சேர்ந்தனர். ரயிலிலிருந்து வெளிப்பட்டது தப்பித்து விரையக் குதிப்பது போலிருந்தது.

எதிர் வெயிலில் உடல் முன் சரிய, ஒருவர் முகம் ஒருவர் பாராமல் துரிதமாக நடந்தனர். ஆடைகள் வேர்வையில் நனைந்து முதுகில் ஒட்டிப் பிசுபிசுத்து வெறுப்பூட்டிற்று. கோயிலில் அப்பொழுது நடை சாத்தியிருக்கக்கூடும். இருந்தாலும் வெளிப் பிரகாரத்தில் விச்ராந்தியாய்ச் சுற்றி மண்டபத்தில் படுத்துப் பேசி கடற் காற்றில் இளைப்பாறலாம் என்பதை ஓரிரு வார்த்தைகள் விட்டுக்கொண்டதிலேயே அவர்கள் மனதில் சுகந்தரும் காட்சிகள் விரிந்தன. ஓட்டல் அறை ஒன்றை அமர்த்தி, குளித்துப் புதுசு உடுத்திக் கொண்டு கிளம்பிய போது பார்ப்போர் இஷ்டப்படும்படி இருவரும் இருக்கிறோம் என்ற எண்ணமும், பரஸ்பரம் பிரியமும் அதனால் ஒரு மிதப்புணர்ச்சி யும் ஏற்பட்டன.

லலிதா மாடிப்படிகளில் நாகரிகப் பாங்காக இறங்க ஆரம்பித்தாள். சாம்பசிவனின் அடிகள் அவளுடைய அசைவுகளுக்கு அனுசரணைப்படாமல் வேறுபட்டு லலிதாவின் கற்பனையை உறுத்திற்று. பூண் கட்டிய அவன் ஊன்றுகோல் வெற்று மரப்பலகைப் படிகளில் மிகையாக சப்தித்தது அவளுக்கு மனக்கூச்சம் உண்டாக்கிற்று. லலிதாவின் உணர்ச்சி இதனால் பாதிக்கப்பட்டு, கீழே நிற்காத பலர் அவளைப் பார்த்துப் பரிதாபம் கொள்வது போல்

மனக்காட்சிகள் விரிய தன்னிரக்கம் கொண்டாள். இக்கற்பனை மறுகணம் கலையவும் விபத்தில் ஊனமாகிவிட்ட கணவனுக்கு சிச்ருஷை செய்து நலியும் திரைப்பட நாயகியாகத் தன்னை பாவனை செய்துகொண்டாள். இப்போது பலர் சேர நின்று அவர்களைப் பார்க்கவேண்டும் என்று அவளுக்குத் தோன்றியது. நிகழவிருக்கும் விபத்தைத் தடுக்க ஜாக்கிரதை கொள்வதுபோல் அவன் அருகில் அவள் நெருங்கிக்கொண்டாள். தன்னுணர்வின்றி அவளிடம் ஒரு புன்சிரிப்பு வெளிப்பட்டது. சாம்பசிவன் இதை கவனித்ததும், எதற்கு என்ற அர்த்தத்தில் "ம்?" என்று கேட்க, "ஒண்ணுமில்லை" என்றாள். அவன், "எதற்குன்னே தெரியாத சந்தோஷமா? நான் தேடறது உனக்குக் கிடைச்சுட்டுதா?" என்றான். லலிதா சிரித்தாள். மிதப்பும், திரைப்பட உணர்வுகளும் அவள் மனதில் குழம்பி, போலி சந்தோஷத்தை அளித்தன.

வெளியே வெயிலின் பிரகாசமும், உஷ்ணக் காற்றும் சகிக்க முடியாமல் இருந்தது. அந்த அக்கிரகாரம், கோயிலின் புதுபிராபல்யத்தில் கடைத்தெருவாய் மாற்றமடைந்து, சொற்ப வீடுகளே மிஞ்சியிருந்தன. அங்கு குடும்பக் காட்சிகள் வியாபாரச் சந்தடியில் குழம்பிக்கொண்டிருந்தன. கடையோரச் சிறு நிழல் களில் ஆண்கள் கூடி அரசியல் கத்திக்கொண்டிருந்தனர். எளிய வீடுகள்முன் போடப்பட்டிருந்த கோலங்களை முரட்டுப் பாதங்கள் மிதித்துச் சிதைத்திருந்தன.

உடம்பில் படாமல் கீழ் மட்டத்தில் அடித்துக்கொண்டிருந்த உஷ்ணக்காற்று புழுதி சுருட்டிக் குப்பைகளைச் சிதறத் தள்ளிக் கொண்டிருந்தது. மறுகாற்றுக்குக் குப்பைகள் மீண்டும் மேலெழுந்து பறந்தன. நின்று, தெருவின் இருபக்கமும் பார்த்து விட்டு, சாம்பசிவன் தன் அசைவுகளைத் துரிதமாக்க ஆரம்பித் தான். அவன் கைக்கழி அவன் முன் குத்திப் புழுதி கிளறிப் பின்னகர்ந்து அவனை முன் பக்கம் நகர்த்திற்று. இரு கைகளும் கைத்தடி பிடித்திருக்க, அடி வயிற்றை அதன் மேல் சாய்த்து உன்னி அவன் சென்றுகொண்டிருந்தான். "எத்தனை மைல் வேணும்னாலும் இப்படியே போகலாம். ஒண்ணும் சிரமம் இல்லை" என்று அவன் லலிதாவிடம் சொல்லியிருக்கிறான். கூடாது என்று எப்பொழுதும்போல் நினைத்துக் கொண்ட போதே, அன்றும் அவள் பார்வை அவன் பதித்துச் செல்லும் ஒற்றை அடிச்சுவட்டில் பதிந்தது. தனக்கும் தன் கணவனுக்குமான இடைவெளி விரியப் பயப்படுவதுபோல் தன் வேகத்தை அனுசரணைப்படுத்திப் பின்னால் நகர்ந்துகொண்டிருந்தாள். அவள் தலை மயிர் ஈரம் காய காற்றில் பறந்தது. குங்குமத்தின் சில சிதறல்கள் அவள் புருவத்தின் மேல்பக்கமும் மூக்கின்

நுனியிலும் உதிர்ந்திருந்தன. மங்கல உணர்வையும், ஆலிங்கனம் செய்துகொள்ள வேண்டும் என்ற ஆசையையும் பார்ப்போருக்கு எழுப்பும் விதமாய் அவள் தோற்றம் இருந்தது.

"பாப்பாத்தி, வாடீ ராஜாத்தி."

ஒரு காட்டு மிருகத்தின் சப்தம்போல் மற்ற இரைச்சலி னின்று தூக்கலாயும் கரகரத்தும் அவ்வார்த்தைகள் சாம்பசிவன் காதில் விழுந்தன.

சாம்பசிவனின் அசைவு நின்றுபோக, அவன் பக்கவாட்டில் பார்த்தான்.

"பாப்பாத்தி, வாடீ ராஜாத்தி."

குரல் கீழ் ஸ்தாயியில் இறங்கி, இம்முறை அதில் இளப்பமும் கொஞ்சலும் கலந்திருந்தது.

டீக்கடை முன் அந்த ஆசாமி நின்றுகொண்டிருந்தான். நாலைந்து சிறுவர்கள் அவன் முன்னால் சிதறியிருந்தனர். மொட்டைக் கைகளை அந்தரத்தில் அசைத்து, பார்வைக்குப் புலனாகாமல் பறக்கும் ஈக்களைச் சாகடிப்பதுபோல் அவன் கைகள் சேர்த்துத் தட்டிக்கொண்டிருந்தான். நாசித் துவாரம் சிதைந்து வாய் மடையில் வழிந்திருந்தது. முகத்தில் பல இடங் களில் இளஞ்சிவப்பு நிறத்தில் ஈரத் தொளைகள் தெரிவதுபோல் தோன்றிற்று. பாதங்கள் வீங்கி அழுகிக்கொண்டிருந்தன. கட்டுப் போட்டுச் சுற்றியிருந்த துணியில் சீழ் பட்டுக் கறை படிந்திருந்தது. கால் விரல்கள் திருகி ஒன்றின் மேல் ஒன்று ஏறிக்கொண்டிருந்தன. கழுத்தில் அழுக்குக் கயிற்றில் தொங்கிய தகரக் குவளை விலாவுக் கும் தொப்புளுக்கும் ஆடிக்கொண்டிருந்தது.

சாம்பசிவத்தின் பார்வையைச் சந்தித்ததும் ஓர் இயந்திரத் தின் முடுக்கல்போல் அவன் சிரித்தான். அச்சிரிப்பு வெட்கம் கெட்டதாய், பரிகாசமாய் எடுத்துக்கொள்ளும்படி இருந்தது.

சாம்பசிவனின் கவனம் லலிதா பக்கம் திரும்பியது. அவன் நின்றபோது அவள் கால்களும் நின்றுபோயிருந்தன. அவள் மனம் அந்தப் பிராந்தியத்தில் இல்லை. அவள் பார்வை கோயில் வாசலில் நுழைவோர் மீது படிந்திருந்தது. லலிதாவின் கவன மின்மை சாம்பசிவனுக்கு ஆறுதல் அளித்தது. நின்றதற்குச் சாக்குப்போல் கோபுரத்தைக் காட்டி, "நியான் போட்டுக் கெடுத்துவிட்டார்கள்" என்று தேசலாகச் சொல்லிவிட்டுப் புறப்பட்டான். தன் அங்கஹீனத்தை அவன் பயன்படுத்திக் கொண்டதாக சாம்பசிவன் மனதுக்குப்பட்டது. எதற்கு என்பது யோசித்துப் பார்த்தும் அவனுக்குப் பிடிபடவில்லை. லலிதா

காதில் விழுந்திருந்தால் அருவருப்பு ஏற்பட்டிருக்கும். அப்படி அவள் காதிலும் விழுந்திருந்தால் என்ன செய்ய முடியும் என்று அவன் யோசித்துப் பார்த்தான். கெட்ட வார்த்தைகளில் தன்னால் அவனை மிஞ்சமுடியும் என்று எண்ண இடமில்லை. மேலும் கெட்ட வார்த்தைகளை ஒன்றின்பின் ஒன்றாய் தடங்கல் இல்லாமலும் விஷ ஊசி போலவும் அக்ஷர சுத்தமாயும் பயன் படுத்தச் சிறுவயதிலேயே பயிற்சி பெற்றிருந்தால்தான் முடியும் என்று அவனுக்குப்பட்டது. அப்படியே சொல்ல முயன்றாலும் கூட தன் உச்சரிப்புகள் தன்னையே நாண வைக்கும் என்று தோன்றியது. தான் மறைத்து வைத்திருந்த வார்த்தைகளை ஏக காலத்தில் லலிதா கேட்க நேர்ந்து தரக்குறைவாய்த் தன்னை எண்ணிவிடுவது அவனைச் சங்கடப்படுத்தும். தான் ஊர்விட்டுப் போவதற்குள், அந்தப் பிச்சைக்காரன் தன்னை மீண்டும் ஒருமுறை அவன்முன் வெளிப்படுத்திக்கொள்வான் என்று சாம்பசிவனுக்கு உறுதியாய்ப்பட்டது. அவ்வாறு நிகழ்ந்தால் மனங்கூசி ஒதுங்காமல் தைரியமாய் அதைச் சமாளிக்க வேண்டும் என்று அவன் நினைத்தான். லலிதா தன்னுடன் இருப்பது சாம்பசிவனுக்கு இடையூறாய்ப் பட்டது. லலிதா மீது வைத் திருக்கும் பிரியத்தை வெளிப்படுத்தவும், அவள் உள்ளூர சந்தேகப் பட்டுக்கொண்டிருப்பதற்கு நேர் மாறாக, நெருக்கடி ஏற்பட்டால் அவனால் அவளுக்குப் போதிய பாதுகாப்புத் தர இயலும் என்பதை நிரூபிக்கவும் இச்சந்தர்ப்பத்தைப் பயன்படுத்திக் கொள்ளலாம் என்ற யோசனை அவனுள் மூண்டது.

லலிதா எத்தனை பிரியத்துடன் தன்மீது ஒட்டிக்கொண் டிருக்கிறாள் என்பதை சாம்பசிவன் நினைக்க ஆரம்பித்திருந்தான். மன ஒதுக்கம் என்பதே அவளிடம் இல்லை. அதுபோல் இறுக்க மாக அவள்மீது கவிய அவனால் முடியவில்லைதான். அவள் இயல்புக்குத் தன் குணம் சமமாய் அமையவில்லை என்று அவனுக்குப்பட்டது. “வார்த்தைகளில் வெளிப்படுத்தத் தெரிய வில்லையே தவிர மற்றபடி லலிதா . . . மற்றபடி . . .” என்று சில சமயம் அவளிடம் அவன் இழுப்பான். “சரி, சரி. யாரு இல்லைனு சொன்னா இப்போ . . .” என்று அடக்குவாள் அவள். அது சாதாரண சரியாகவும் இருக்கும். பிரியமாகவும் தெரியும். கேலி மாதிரியும் அர்த்தம் கொடுக்கும். லலிதா தன் மீது கொண்டுள்ள பிரியம் உடல் உறவை மையமாக வைத்து வேர்விட்டு வேறுபல மையங்களைக் கிளை வீசி இணைத்துக் கொண்டுள்ளதாக சாம்பசிவன் எண்ணினான். அவளுடைய வேட்கை மிகுதியானது என்பதைவிடவும் குருட்டுத்தனமான வெறி என்பதில் அவனுக்குத் திருட்டு சந்தோஷமுண்டு. உடலுறவு கொள்ளும்போது பின்னால் நினைத்துக் கூசும்படி அவளிடம் உணர்ச்சியின் கற்பனைகள் வெடிக்கும். அதிகாலைகளில்

அவள்மீது வெட்கம் பல சமயம் கவிந்திருக்கும் என்றாலும் வாய்விட்டு எதுவும் பிரஸ்தாபித்து அவளை அவன் நாண அடித்தது கிடையாது. இது தன்னை ஒத்த கனவானின் இயல்பு என்று அவன் மனதில் கூறிக்கொண்டாலும், உண்மையான காரணம் அதைப்பற்றி பிரஸ்தாபித்தால் அவள் வெட்கம் அடைந்து காதல் விளையாட்டில் தன் உணர்ச்சியைத் தணித்துக் கொண்டு விடுவாளோ என்ற பயம்தான். இவ்வளவு ஆசைகளுக்கும் நடுவில் லலிதாவால் தன் உடற் குறையை மிச்சமின்றி விழுங்கவும் முடியவில்லை என்பதும் சாம்பசிவனுக்குத் தெரிந்திருந்தது. இருவரும் ஒன்றாகத் தெருவில் நடக்கிறபோது (இது போன்ற சந்தர்ப்பங்கள் உருவாவதற்கு முன்னாலேயே லலிதா சாதுரியமாகக் கலைத்துவிடுவதுண்டு) தன் குறையைக் கவனிக்கும் பார்வைகளைத் தவிர்ப்பதற்காகத்தான் அவள் தூரத்தில் பார்வை குத்தி விறைப்புற்றுச் செல்கிறாள் என்பதும் அவனுக்குத் தெரியும்.

சாம்பசிவனை ஒரு விசித்திரப் பிறவி என்று கற்பனை செய்துகொள்ள லலிதாவுக்குப் பிடித்திருந்தது. வேறு யாருக்கும் அடங்காத அவன் தன் மந்திரத்துக்குக் கட்டுண்டு கிடப்பதாக எண்ணம் கொள்வாள். சாம்பசிவனைப்பற்றித் தன் தாயாரிடம் "இரண்டு ஜென்மம் அதுகூட வாழ்ந்தாலும் இன்ன சமயத்தில் அதுக்கு இன்ன மாதிரி மூளை வேலை செய்யும்னு கண்டுக்கவே முடியாதம்மா..." என்பாள். இவ்வார்த்தைகளை அப்படியே வெள்ளையாக எடுத்துக்கொண்டு அவள் தாயார் அலுத்துப் பேசும்போது அவளுக்கு உள்ளூர ஒரு சந்தோஷம் கிளம்பும். இதுபோன்ற மன விளையாட்டுகளில் ஈடுபடும் நாட்களாகவே லலிதாவுக்கு வந்துகொண்டிருந்தன என்பதில்லை. சாம்பசிவன் சிறுகச் சிறுக பல மன மாற்றங்களுக்கு உட்பட்டுக்கொண்டிருந்தான். அவனது ஆசையும் கவனமும் ஆத்மீகப் பாதையில் திரும்பிக்கொண்டிருந்தன. பிரம்மச்சரிய நெறியை மிகுந்த வைராக்கியத்தோடு அவன் பின்பற்றினான். இதில் சில சறுக்கல்கள் அவ்வப்போது ஏற்பட்டுப்போயின என்றாலும் அவன் வயதுக்கு அவன் கொண்டிருந்த வைராக்கியங்கள் சாதாரணமானவை என்று சொல்லமுடியாது. இதற்கு அனுசரணையாக வேறு பல மனப் பயிற்சிகளும் உடல் அப்பியாசங்களும் அவன் அன்றாட வாழ்வில் இடம்பெற்று நீண்டநேரங்களை விழுங்கிக்கொண்டிருந்தன. வீட்டில் தனது ஆத்மீகப் பயிற்சிகளுக்கென மேலும் ஒரு தனி அறை ஒதுக்கிக் கொண்டான். லலிதாவுக்கு அவ்வறையில் பிரவேசனம் கிடையாது என்பது வழக்கத்தில் ஆகியிருந்தது. அவனுடைய ஆத்மீக விசாரம் அவனை முழுசாக ஸ்வீகரித்துக்கொண்டு தன்னை ஒதுக்கிவிடுமோ என்ற உள்பயம் அவளுக்குத் தட்ட ஆரம்பித்திருந்தது. முதல் குறைப் பிரசவத்துக்குப்பின் அவள் கருவுற

வில்லை. "மாசா மாசம் போய் உக்காந்துக்கோ பெத்தேனே பெண்ணை" என்று அவளையே முழுப் பொறுப்பாக்கி அவள் அம்மா நெஞ்சில் தட்டிக்கொள்வாள். அவனுடைய ஆத்மீக வாழ்க்கைபற்றி சிலசமயம் சாம்பசிவனே அவளிடம் மறைமுக மாக அபிப்பிராயம் ஆராய்வான். "உங்க குடும்பத்துக்கு இது புதுசா? பெரிய அண்ணா உங்களை 'இருகிளை வாரிஸு' அப்டீனு சொல்வாராமே" என்பாள் லலிதா.

பெரிய அண்ணா என்று லலிதா குறிப்பிட்டது அவளுடைய மாமனாரை. தெரிந்தவர்கள் எல்லோருக்கும் அவர் பெயர், வித்தியாசம் இல்லாமல், அதுதான். எஸ்.எஸ். அய்யர் என்பது தஸ்தாவேஜுக்களில் இடம்பெற்றிருந்ததோ என்னவோ – ஊரில் தனி கவுரவமும் வித்தியாசமான வாழ்க்கை முறைகளும் பெற்றுப் புகழடைந்த குடும்பம் அது. நிலபுலன்கள் இருந்தன. ஆனால் இரண்டு தலைமுறைகளில் அவர்கள் வீட்டில் யாரும் லௌகீகம் பார்க்கவில்லை. விளைந்துவந்தவரையிலும் சரிதான் என்று விட்டிருந்தார்கள். இந்தக் குடும்பத்தில் தலைமுறைக்கு ஒருவர் சந்நியாசியாகச் சென்றுகொண்டிருந்தார்களாம். பெரிய அண்ணாவின் தகப்பனார் கணபதி அய்யர் தனது நாற்பதாவது வயதில் ஞானவாழ்க்கை தேடி வடக்கே சென்றுவிட்டார். பின்னால் அவரை உறவினர் யாரும் பார்க்கவில்லை. அவரைப் பற்றி யாரோ எழுதிய ஆங்கிலப் புத்தகத்தையும் அதனுள்ளே பழுப்பேறிய ஆர்ட் தாளில் அவர் படத்தையும் லலிதா சாம்பசிவ னின் புத்தக அலமாரியில் பார்த்திருக்கிறாள். பெரிய அண்ணா தன் வாழ்நாளின் சத்தான பகுதியைப் பூராவும் காந்தியடிகளைப் பின்பற்றிச் செலவழித்தவர். அவர் குடும்பம் கைதுசெய்து அழைத்துச் செல்லப்படுவதை லலிதா தன் வீட்டில் சாத்தப்பட்ட வாசல் கதவுக்குப் பக்கத்திலுள்ள ஜன்னல் வழி பார்த்திருக்கிறாள்.

பெரிய அண்ணாவின் குடும்பம் தெருக்காரர்களின் மானசீக ஒதுக்குதல்களுக்கு ஆளாகியிருந்தாலும் லலிதாவின் சிறுவயது நினைவுகளில் இக்குடும்பம் விசேஷக் கவர்ச்சி பெற்றிருந்தது. அவளுக்கு அந்த வீட்டுக்காரர்கள் பேரில் ரொம்ப வும் ஆசையாக இருந்தது. அவர் குடும்பத்தைச்சுற்றி நடைபெறும் நிகழ்ச்சிகளிலும், அவர்கள் ஒருவருக்கொருவர் கொண்டிருந்த உறவுகளிலும், அந்த வீட்டின் பகுதிகள் மீதும் அவளுக்கு ஆசையாக இருந்தது. பெரிய அண்ணா வீட்டில்தான் லலிதா அத்தனை பெரிய புத்தக அலமாரியைப் பார்த்தாள். படித்துப் படித்து அவர்கள் வீட்டில் எல்லோரும் – மாமியைத் தவிர – சிறுவயதிலேயே குருடாகிவிடுவார்கள் என்று அவள் நினைத் திருந்தாள். பின்னால், சாம்பசிவன் அவளை மணந்து கொண்ட பின், அவனுக்குத் தெரியாத – மறைந்துபோயிருந்த – அவன்

குடும்பக் காட்சிகளையும் விஷயங்களையும் செய்திகளையும் அவள் நினைவுறுத்தியிருக்கிறாள். பல காட்சிகளை நடித்தும் காட்டியிருக்கிறாள். பெரிய அண்ணா சிறுவயதில் விதவையாகி விட்ட தன் தங்கை ஜானகியை மேல்படிப்பு படிக்கவைத்துத் தன் கிறிஸ்தவ நண்பருக்குக் கல்யாணம் செய்துவைத்திருந்தார். அவர்கள் இருவரும் திருச்சியில் கல்லூரியில் ஆசிரியர்களாக வேலை பார்த்தனர். விடுமுறை நாட்களில் சாம்பசிவனின் ஜானகி அத்தை அவர்களுடைய காரை அவளே ஓட்டியபடி பெரிய அண்ணாவின் வீட்டுவாசலில் வந்து இறங்குகிறபோது, கூடி வேடிக்கை பார்க்கும் குழந்தைகளில் லலிதாவும் நின்றிருக் கிறாள். ஜானகி மாமியின் உடற்கட்டும், தோற்றமும், காரிலிருந்து திண்ணைக்கு இறக்கப்படும் பெட்டிகளும், தலையணை உறை களும், மாமியின் கைப்பையும், செருப்பும், சங்கிலி தொங்கும் தண்ணீர்ப் புட்டியும் – ஒவ்வொன்றுமே – லலிதாவிடம் விவரிக்க முடியாத கனவுகளை விரிக்கும். வராண்டாவிலும் நடுக் கூடத்தின் வாசலிலும் குழந்தைகளின் அடைசல் பெரிய இம்சையாகிப் போகிறபோது, உள்ளே இருந்து யாராவது வந்து “போயுட்டு அப்புறமா வாங்கோ” என்று குழந்தைகளை வெளியே நகர்த்தி விடுவார்கள். தான் பார்த்ததை எல்லாம் தாயாரிடம் சொல்ல லலிதா ஓடிப்போவாள். அவள் சொல்ல ஆரம்பித்ததுமே, “போகச் சொல்லு அந்த முண்டையை” என்பாள் லலிதாவின் தாயார். அப்போது தன் தாயாரின் முகம் வெளிப் படுத்திய வெறுப்பையும் வலிப்பையும் லலிதா சாம்பசிவனிடம் நடித்திருக்கிறாள். அதைப் பார்த்து அவன் கடகடவென்று சிரிக்கிறபோது நிஷ்களங்கமான அவன் குணத்திற்காக அவனை அங்கேயே அணைத்துக்கொள்ள அவள் மனதில் ஆசை எழும். நாவிதன் ராமசாமியை பெரிய அண்ணா ‘வாங்க, போங்க’ என பன்மையில் அழைத்துப் பேசுவதை ஊர்க்காரர்கள் கேலி செய்து பேசுவார்கள். வெற்றிலைப் பெட்டியை அவனுக்கு முன்னால் நகர்த்துவாராம் பெரிய அண்ணா. பெரிய அண்ணா வின் தம்பி சின்னண்ணா தன் தகப்பனாரைப் பின்பற்றி, மேலும் சற்றுத் தீவிரமாக, கல்யாணத்திற்கு முன்பே புதுச்சேரி சென்று அரவிந்த யோகியுடன் இணைந்துகொண்டார். அப் போது சாம்பசிவன் சிறு குழந்தை. சாம்பசிவன் கல்லூரியில் படித்துக்கொண்டிருந்தபோது அவனுக்கும் சின்ன அண்ணா வுக்கும் விட்டுப்போயிருந்த தொடர்பு கடிதம் மூலம் புதுத் துவக்கம் கொண்டது. அவ்வப்போது சின்ன அண்ணா அனுப்பி வைத்த புத்தகங்களும் அவனுக்குத் தபாலில் வந்தன. நாள் செல்லச் செல்ல சாம்பசிவனின் ஈடுபாடு ஆத்மீகத் துறையில் வளர்ந்துவிடவே, சிவராத்திரிதோறும் அரவிந்தர் தரிசனத்துக்கு அவன் புதுச்சேரி போய் வந்தான். ஊர் திரும்பியதும் சாம்பசிவ

னிடம், "சித்தப்பாவைப் பார்த்தேளா?" என்று லலிதா கேட்பாள். "இப்போ அவர் எனக்கு சித்தப்பா இல்லேடீ, அசடே" என்று அவன் பதில் சொல்வான். "நான் உன் புருஷன் இல்லேடீ அசடே அப்டீனு என்கிட்டேச் சொல்லக் கத்துத் தந்தாரா?" என்று லலிதா தொடர்ந்து கேட்பாள். அதற்கு அவன், "இது கத்துத் தெரிஞ்சுக்கற சமாசாரம் இல்லேடீ அசடே" என்பான்.

சுதந்திரம் கிடைப்பதற்கு முன்னரே ஓய்ந்து வீட்டோடு ஒதுங்கிவிட்டார் பெரிய அண்ணா. வயோதிகம் கவிந்து உடல் கட்டுவிட்டு ஆட்டம் கண்டிருந்தது. ஒருநாள், வாடிக்கைப் பாலைப் பித்தளைச் செம்பில் வாழை இலைபோட்டு மூடி எடுத்துக்கொண்டு லலிதா பெரிய அண்ணா வீட்டுக்குப் போனாள். ஹாலில் நுழைய முடியாதபடி வழிமறித்து உட்கார்ந்த படி சீட்டுக் கச்சேரி நடந்துகொண்டிருந்தது. பெரிய அண்ணாவும் மூத்த மாட்டுப்பெண் சுசியும் ஒரு கட்சியாகவும், மூத்த பிள்ளையும் கடைசிப் பெண்ணும் மறு கட்சியாகவும் ஆடிக்கொண்டிருந்தனர். தைலம் பூசியிருந்த தன் காலை நீட்டி வைத்துக் கொண்டிருந்தார் பெரிய அண்ணா. மாட்டுப் பெண்ணைச் சமமாக உட்கார வைத்துச் சீட்டு விளையாடும் பெரிய அண்ணா மீது லலிதாவுக்கு மிதமிஞ்சிய பிரியம் கவிந்து அவருக்குப் பணிவிடை செய்வதில் தன்னைப் புகுத்திக்கொள்ள வேண்டும் என்று தோன்ற ஆரம்பித்தது. சாம்பசிவன் ஊஞ்சலில் கவிழ்ந்து படுத்தபடி புத்தகம் படித்துக்கொண்டிருந்தான். அவன் வலது கால் வேஷ்டிக்கு வெளியில் தெரிந்தது. கால் சூம்பியிருந்தது. மற்ற இடங்களைவிடவும் அது பெரிய மறுபோல் கறுத்தும், சொரசொரப்பாகவும் ரோமம் படர்ந்தும் இருந்தது. பாதம் குறுகி சிறு குழந்தையுடையது போலிருந்தது. அவள் வந்து நின்றுகொண்டிருந்தது யாருடைய பார்வையிலும் விழவில்லை, அப்படியே நின்றுகொண்டிருக்கத்தான் அவளுக்கும் ஆசையாக இருந்தது. தன் கற்பனையில் பெரிய அண்ணாவின் பிள்ளையும் மாட்டுப்பெண்ணையும் தள்ளிவிட்டு, தன்னையும் சாம்பசிவனையும் அந்த இடங்களில் இருத்தி அவள் பார்த்துக்கொண்டிருந்தாள். அவள் பெரிய அண்ணா கட்சி. அவளுடைய இறக்கம் ஒன்று வெகு வாய்ப்பாக அமைந்து போக, "சபாஷ்டீ பெண்ணே, இந்தப் பயலைத் தொலச்சுப்புடறேன்" என்று அவர் சாம்பசிவனைப் பார்த்துக் கத்துகிறார். சாம்பசிவனை அடைந்துவிட வேண்டும் என்று தான் முடிவுசெய்தது அநேகமாக அந்த நிமிஷமாகத்தான் இருக்கும் எனப் பின்னால் லலிதா நினைத்துக்கொள்வதுண்டு.

சாம்பசிவனும் லலிதாவும் கோயிலிலிருந்து திரும்பி வந்து கொண்டிருந்தனர். சாம்பசிவனுக்கு அவசியமில்லாமல் அந்தப்

பிச்சைக்காரன் நினைவாகவே இருந்தது. அவன் மீண்டும் தன் முன் எதிர்ப்படப் போகிற இடத்தையும் நிமிஷத்தையும் எதிர்பார்த்துக்கொண்டே வந்தான். அவன் மனம் வெளிப் பிரக்ஞை குறைந்து உறைந்துபோயிருந்தது. லலிதா மிகவும் நெகிழ்வாகவும் கலகலப்புடனும் இருந்தாள். நிறையப் பேச ஆசைப்பட்டு சிறு விஷயங்களை விரித்தும் நீட்டிக்கொண்டும் இருந்தாள். நீடித்த குடும்ப வாழ்க்கை தனக்கு அளிக்கப்பட வேண்டுமென்ற பிரார்த்தனையை தெய்வ சந்நிதியில் சமர்ப்பித்த பின், தன் மனச்சுமையைச் சேரவேண்டிய இடத்திற்குத் தள்ளி விட்டோம் என்ற நிம்மதியில் அவள் இலேசாகியிருந்தாள். சாம்பசிவனுக்குக் காதில் ஏதோ சத்தம் விழுந்துகொண்டிருந்ததே தவிர, அதன் பொருளை கிரகித்துக்கொள்ள அவன் மனம் ஒத்துழைக்கவில்லை. தன் கவனக்குறைவு பட்டவர்த்தனமாகாத படி, அவள் பேசி நிறுத்தும்போதெல்லாம், “சரிதான்”; “நீ சொல்வது ரொம்ப சரி”; “இல்லாவிட்டாலும் அப்படித்தானே” என்றெல்லாம் பொதுப்படையாக உளறிக்கொண்டிருந்தான்.

டீக்கடை வாசலில் இப்போது ஒரு சிறுகூட்டம் கூடி யிருந்தது. வயது வந்தவர்களும் நின்றுகொண்டிருந்தனர். வியாதிக் காரன் வாய்கிழியக் கத்திக் கொண்டிருந்தான். சில கெட்ட வார்த்தைகள் சாம்பசிவன் காதில் விழுந்தன. அவன் தெருவின் மறுபக்கம் நகர்ந்துவிட உத்தேசித்து குறுக்காகத் தாண்டுவது தோல்வி என்று நினைத்து, இயற்கையாய் நகரும் பாவனையில் சரிவாகத் தாண்டி இடதோரம் சென்றான். அவனும் லலிதாவும் பிச்சைக்காரனுக்கு நேராக எதிர்ப் பக்கம் வந்தபோது, “பாப்பாத்தி ஒதுங்கிப்போறா பாரு . . . ஒதுங்கி போறாப்லே ஒதுங்கிப்போய் . . .” மீதி சாம்பசிவன் காதில் விழவில்லை. கூட்டத்தில் பலர் சிரித்தனர்.

சாம்பசிவன் அறைச் சாவியை லலிதா கையில் கொடுத்து, “நீ போய் ரூமைத் திற, பின்னாலே வறேன்” என்றான். தாண்டி எதிர்ப் பெட்டிக் கடைக்கு அவன் போகப்போவதாக அவள் அனுமானித்து, “பெட்டியிலே சிகரெட் இருக்கு” என்றாள். “இல்லே, நீ போ, வறேன்” என்று சொல்லிவிட்டு அவன் தெருவைத் தாண்ட ஆரம்பித்தான். நடுவில் வந்ததும் திரும்பிப் பார்த்தான். லலிதா லாட்ஜில் நுழைந்துகொண்டிருந்தாள்.

கூட்டத்தின் பின்வரிசையை அடைந்ததும் சாம்பசிவன் தலையை உயர்த்திப் பிச்சைக்காரனின் கண்களைப் பார்த்தான்.

“எப்படி இந்த வியாதி வந்ததுன்னா கேக்றீங்க. இப்பொப் போனா பாரு அதே மாதிரியா ஒரு பாப்பாத்தி ஆசையாக் கூப்பிட்டா . . . போனேன். ஒரே ஒரு நா ராவுதான். இதைத் தந்துப்புட்டா சண்டாளி.”

அவன் தன் மொட்டைக் கைகளை அரைவட்டத்தில் கூட்டத்தினர் முன் நகர்த்திக் காட்டினான். சிரிப்பொலிகள் எழுந்தன. சிலர் பின்பக்கம் திரும்பி சாம்பசிவன் முகத்தைப் பார்த்தனர்.

"தந்தையே தேவிடியா, திரும்ப எடுத்துண்டு போயேன்னு வாற போற பாப்பாத்தி ஒவ்வொருத்தியையும் கொஞ்சிக் கொஞ்சிக் கூப்புடறேன். தேவிடியா தாண்டித் தாண்டிப் போறாளே ஒழிய வரமாட்டேங்கறாளே . . . யாருகிட்டெச் சொல்லி அழ."

சாம்பசிவன் அறைக்குள் நுழைந்ததும், "எங்கே போனேள்?" என்று லலிதா கேட்டாள்.

சாம்பசிவன் சட்டையைக் கழற்றி நாற்காலிமேல் போட்டான். கண்ணாடியில் முகத்தைப் பார்த்துக்கொண்டான். முகம் சிவந்து நெற்றியிலும் மூக்கிலும் வேர்வை அரும்பியிருந்தது. மார்பும் கழுத்தும் மிகவும் உஷ்ணமாக இருப்பதாக உணர்ந்தான். துண்டால் முகத்தையும் மார்பையும் துடைத்துக்கொண்டான்.

"என்ன விஷயம்?"

"என்னது என்ன விஷயம்? ஒண்ணுமில்லை."

சாம்பசிவன் நாற்காலியை வராண்டாவில் இழுத்துப் போட்டுக்கொண்டான். அறைப்பக்கம் பார்த்து, "நீ தூங்கறதுன்னா தூங்கு" என்றான்.

"நீங்க ராத்திரி கண் கொட்டலியே."

"தூக்கம் வரலே."

"படுத்துண்டு ரெஸ்ட் எடுத்துக்கலாமே."

அவன் பதில் சொல்லவில்லை.

"அங்கே என்ன பாக்கறேள்?"

லலிதா அறையிலிருந்து வெளியே வந்தாள். டீக்கடை முன் பிச்சைக்காரனுடைய கத்தல் உச்சக்கட்டத்தில் ஏறி களைகட்டிக்கொண்டிருந்தது. கூடியிருந்தவர்கள் நெகிழ்ந்து சிரித்துக் கொண்டிருந்தனர்.

"என்ன சொல்றான் அவன்?"

"நீ போய்ப் படு" என்றான் சாம்பசிவன்.

அவன் சொன்ன தோரணை அவளுக்கு உறைத்துவிட்டது. தன் எதிர்ப்பைப் பின்திரும்பிச் சென்ற அசைவுகளில் காட்டிய

படி அறைக்குள் நுழைந்தாள். பெட்ஷீட்டைத் தரையில் விரித்து, லைட்டை அணைத்துவிட்டுப் படுத்துக்கொண்டாள்.

திடீரென்று விழிப்புத் தட்டியபோது வெகுநேரம் அடித்துப் போட்டாற்போல் தூங்கிய சுகம் தனக்குக் கிடைத்திருந்ததை லலிதா உணர்ந்தாள். எழுந்திருந்து பாத்ரூம் போய்விட்டு வந்தபோது பாத்ரூம் விளக்கொளியில் கட்டில் காலியாக இருப்பது தெரிந்தது. பரபரப்புடன் அறை விளக்கைப் போட்டாள். கட்டில் மெத்தையில் ஒரு உடல் சரிந்த அடையாளமே இல்லை. மேஜை மீதிருந்த கைக்கடிகாரத்தைப் பார்த்தாள். மணி ஒன்று. சாம்பசிவனின் சட்டையைக் காணவில்லை. கதவுப் பக்கம் நகர்ந்து வந்தாள். அடித்தாழ்ப்பாள் கீழே தள்ளப்பட்டு வெளியே இழுத்து கதவு சாத்தப்பட்டிருந்தது. கதவைத் திறக்கலாமா என்ற தயக்கத்திலேயே சில நிமிஷங்கள் சென்றன. இருமிக் கொண்டே கதவைச் சிறிது திறந்து எட்டிப்பார்த்தாள். வராண்டா விளக்கில் பல்பு பொருத்தப்பட்டிருக்கவில்லை. வீதியில் ஒரு லாறியின் டயரைக் கழற்றி ஏதோ ரிப்பேர் செய்துகொண்டிருந் தனர். ஒரு சிறுவன் குப்பையைக் கூட்டி எரித்து அவர்களுக்கு வெளிச்சம் தந்துகொண்டிருந்தான். காற்றுக்காக சாம்பசிவன் வராண்டாவில் படுத்திருக்கலாம் என்ற நம்பிக்கையும் இப் பொழுது குலைந்துவிட்டது. நாலைந்து அறைகள் தாண்டி ஒரு ரூமில் ஜன்னல் வழி விளக்கொளி வராண்டாவில் விழுந்து கொண்டிருந்தது. மன உந்துதலை வரவழைத்துக்கொண்டு அரைச் சுவர் ஓரமாய் ஏணிப்படிகள்வரையிலும் அவள் நடந்து வந்தாள். விளக்கு எரிந்த அறையில் ஒருவன் அண்டர்வெயர் அணிந்து வேஷ்டியின் கிழிசலுக்குத் தையல் போட்டுக்கொண் டிருந்தான்.

ஜன்னல் வழி அவன் லலிதாவை பார்த்தபோது அவள் மனதில் பீதி புகுந்துகொண்டது. விரைவாக நடந்து அறைக்குள் நுழைந்து கதவைச் சாத்தினாள். தைத்துக்கொண்டிருந்தவன் இப்பொழுது தன் அறைக்குள் நின்றுகொண்டிருப்பது தெரிந்தது. விளக்கைப் போட்டு மேஜையைப் பார்த்தாள். மணிபர்ஸ் இரவு வைத்த இடத்திலேயே இருந்தது. தலையணைகளை ஒன்றன்மீது ஒன்றாக வைத்து அதில் சாய்ந்துகொண்டாள். விளக்கொளியில் தனிமையில் அப்படி உட்கார்ந்துகொண்டிருக் கவும் கஷ்டமாக இருந்தது. பலர் பார்க்கத் திறந்த வெளியில் படுத்துக்கிடப்பது மாதிரி இருந்தது. தைத்துக்கொண்டிருந்த வனிடம் போய் விஷயத்தைச் சொல்லலாமா என்று யோசித்தாள். அவன்மீது சந்தேகமாக இருந்தது. தன்னை எழுப்பிச் சொல்லி விட்டுப் போயிருக்கவேண்டியதுதான் எந்த விதத்திலும் நியாயமாகப்பட்டது. தன்னுடைய உணர்ச்சிகளை அவன்

எப்போதுமே மதித்ததில்லை என்று நினைத்துக்கொண்டாள். இதுபற்றிப் பேச்சு எழும்போது இவ்வாறு கலவரம் அடைந்தது ரொம்பவும் அசாதாரணம் என்று அவனால் ஆக்கிவிட முடியும். அதற்கு அவசியமே இருக்கவில்லை என்று வாதாடவும் அவனால் முடியும். என்ன அவசரம் என்பதை அவளால் யோசித்துத் தெரிந்துகொள்ள முடியவில்லை. அவளால் யோசிக்கவே முடியவில்லை. 'இப்படிச் செய்திருக்க வேண்டாம்' என்ற ஒரு வாக்கியத்தையே அவள் மனம் ஜபித்துக்கொண்டிருந்தது. சாம்பசிவனின் தாத்தாவும், சின்ன அண்ணாவும் ராத்திரியில் காணாமல் போனார்கள். ஆனால் அவர்கள் வீட்டிலிருந்து மறைந்து போனார்கள். வெளியூரில் ஒரு ஓட்டல் அறையில் தன்னைச் சாத்திப்போட்டுவிட்டு அவள் கணவன் மறைந்து போவான் என்று அவளுக்குத் தோன்றவில்லை.

அவளுக்குத் தூக்கம் வந்தது. அது எப்போதும் வரும் தூக்கமல்ல என்றும் மயக்கம்தான் வருகிறது என்றும் அவள் நினைத்துக்கொண்டாள். கதவு சாத்தியிருக்கும் நிலையில் மயக்கம் போட்டுவிட்டாலும்கூட ஆபத்து எதுவுமில்லை என்று அவளுக்குத் தோன்றிற்று. அவளுக்குப் பெரிய அண்ணாவின் நினைவு வந்தது. இன்று அவர் உயிரோடு இருந்து இதுபற்றி அவள் சொல்லியிருந்தால், "மடையன், மடையன் . . . படிச்ச முட்டாள்" என்று சாம்பசிவனைத் திட்டியிருப்பார். அவர் அந்த அறையில் அவளுடன் தன் கண்களுக்குத் தெரியாமல் இருப்பது மாதிரித் தோன்றிற்று. வீட்டு ஹாலிலிருந்த அவருடைய படத்தை மனசுக்குள் கொண்டு வந்து, அவர் உயிரோடு இருந்த போது எப்படி இருந்தார் என்பதை நினைத்துப் பார்க்க முயன்றாள்.

கதவை விரலால் சுண்டும் ஓசைகேட்டது.

"யாரு?"

"நான்தான்."

சாம்பசிவன் குரல்.

லலிதா கதவைத் திறந்தாள்.

சாம்பசிவன் உள்ளே வந்து தன் ஊன்றுகோலை உயர்த்தி, "இதால் அவனைத் தாக்கினேன்" என்றான்.

லலிதாவுக்குச் சட்டென்று புரிந்தது.

என்ன அசட்டுத்தனம்! ஏன் . . ? எதுக்கு . . ?

சாம்பசிவம் விளக்கை அணைத்துவிட்டு அவளை இறுகத் தழுவியவாறு கட்டிலில் சாய்ந்தான். அவனுடைய அந்த இரவு

நடத்தைகள் தன் கணவனுடையதாக அவளுக்குப்படவில்லை. ஒரு தாக்குதலாகவே அது ஆரம்பமாயிற்று. ஒரு முரட்டு ஜென்மம் அவன் உடலில் புகுந்துகொண்டு வந்திருப்பது மாதிரிப் பட்டது. அவனுள் ஏதோ ஒன்று உடைபட்டது போலிருந்தது. அவனும் அவன் தாத்தாவும் சின்ன அண்ணாவும் கட்டிக்காத்த எல்லா விரதங்களையும் அவன் அவள் உடல் மூலம் கிழித்துக்கொண் டிருப்பது மாதிரிப் பட்டது. மூச்சுத்திணறித் தான் இறந்துபோகக் கூடும் என்று அவளுக்குத் தோன்றியது. தன் உடலில் பல இடங்களில் ரத்தம் கசிந்து கொண்டிருப்பதுமாதிரி அவளுக்குப் பட்டது. தன் கைகளால் அவன் மார்பைப் பலங்கொண்ட மட்டும் பிடித்துத் தள்ள முயன்றாள். அவளால் அவனைத் தள்ள முடியவில்லை.

அறைக் கதவை யாரோ தட்டினார்கள்.

விடிய ஆரம்பித்திருந்தது.

லலிதா எழுந்திருந்து பாத்ரூம் கதவுக்குப் பின்னால் மறைவாக நின்றுகொண்டாள்.

அவன் பாத்ரூம் வாசலில் வந்து நின்றான். அவள் சாரியைச் சுற்றிக்கொண்டிருந்தாள்.

“போலீஸ் ஸ்டேஷனிலிருந்து போன் வந்திருக்கிறதாம். பேசிவிட்டு வறேன்” என்று சொன்னான் அவன்.

அவன் வராண்டா வழி செல்வதைப் பார்த்துக்கொண்டே இருந்துவிட்டு அவன் உருவம் மறைந்ததும் லலிதா அறைக்கதவைச் சாத்திக்கொண்டாள்.

ஞானரதம், 1973

அலைகள்

அன்று இரவு என்னைக் கைதுசெய்துவிடுவார்கள் என்று என் பரிச்சயக்காரன் எதிர்பார்த்தான். என்னிடம் அவன் கொண்ட கவர்ச்சி – என் அனுமானம் தான் இது – மிகையான கற்பனையை விரிக்கிறதோ என்று நான் யோசித்தேன். இம்சையற்றுக் கடற்கரையில் திரியும் ஒரு பூச்சி கைதுசெய்யப்பட என்ன இருக்கிறது? "அப்படி யல்ல" என்றான் அவன் மீண்டும். இது நடந்து மூன்று நாட்கள் (பின்னிரவும் சேர்த்தால் நான்கு) ஆகிவிட்டிருந் தன.

சரி. மறுபக்கம், எதுவும் நிகழக்கூடிய இருள் கவியும் நாட்கள் உருவாகி வருவதாயும் எனக்குப் பட்டுக்கொண் டிருந்தது. அதன் முதல் தாக்குதல்போல் மிகுந்த சங்கடத் தைத் தரும் அலைக்கழிப்பு நாட்களாகக் கழிந்துகொண் டிருந்தன. மனக்கஷ்டம் ஒருபுறமிருக்க சரீர உபாதைகள் – நாய் அலைச்சலும், பட்டினியும், உடம்பொடுக்கி உறக்கமும் – தாங்க முடியவில்லை. பாதங்களில் வீக்கம் கண்டிருந்தது. காலையில் வற்றி, மாலையில் மீண்டும் பொதியாய் வீங்கும். என் உடன்பாடோ முன்னுணர்வோ இல்லாமல் திடும் திடுமென விரியும் மனக்காட்சி வேறு என்னைத் தொய்ய வைத்துக்கொண்டிருந்தது. இரண்டு மூன்று காட்சிகள் மாறி மாறி ஒரே விதமாய் . . . சில சமயம், கோலத்தின் வரைகள் மிதிபட்டு அழிந்துபோய் புள்ளிகளும் அரைகுறையாய் மிஞ்சிப்போன மூளித்தன மும் மனதில் விரியும். இதைத் தொடர்ந்து விவசாயிகள் ராப்பகல் பாடுபட்டு நிமிர்த்த பயிரை நடுநிசியில் பள்ளத் தாக்கிலிருந்து துஷ்ட ஜந்துக்கள் கூட்டம் கூட்டமாய் இறங்கி மிதித்து துவம்சம் செய்துவிட்டு விடியக் கருக்கில் அமைதியாய்த் திரும்பும் காட்சிகளும் மனதில் விட்டு

விட்டுத் தோன்றும். இன்னபடி இது என்றில்லாமலும் இதற்காக இது என்றில்லாமலும் எதுவும் நிகழலாம் என்று தோன்றிக் கொண்டே இருந்தது. ஆனால் உருக்கொள்ளும் அலங்கோலம் என்மீதும் கவியும் எனும் எளிமையான உண்மை அப்போது எனக்குத் தெரிந்திருக்கவில்லை.

அன்று நடுநிசி தாண்டியதும் நடக்கத் தொடங்கி வெயில் ஏறும் முன் அடுத்த ஊர் சேர்ந்துவிடவேண்டியது என்று எண்ணியிருந்தேன். அதுதான் தப்பு என்று அடித்துச் சொன்னான் பரிச்சயக்காரன். "பயணம் கிளம்புவது பற்றி முன்கூட்டி யாரிடமும் சொன்னதற்கு ரூஜு இல்லையே" என்றான் அவன். "கைதாவதிலிருந்து தப்பிக்க நழுவியதாகும்" என்றான். அவன் வாதம் எனக்கு உள்ளூர உறைக்கவில்லை என்றாலும் உதாசீனப் படுத்த முடியாத சுட்டல் இருப்பதாகப் பட்டது. அதிசய ரூஜுக்களும், தடயங்களும், சாட்சிகளும் நிரம்பிய உலகம் அதிகாரிகளுடையது. மனதின் கோணங்கியைத் தருக்கத்தில் அளந்து காட்ட வேண்டிய நிர்ப்பந்தத்தில் தோல்வியே நிம்மதியாகி விடும். தண்டனையும் ஆசுவாசமாகத் தெரியும். பயணம் புறப்படுவதைக் கைவிட்டேன். கைதாகக்கூடும் என்ற செய்தியே நடமாட்டத்தைக் கட்டுப்படுத்திவிட்டதே என்று நினைத்துக் கொண்டேன்.

இவ்வாறு ஒரு சூழ்நிலை உருவாகும் என இரண்டு தினங்களுக்கு முன் யாராவது சொல்லியிருந்தால் சிரித்திருப்பேன். எல்லாவற்றையும் முழுகிவிட்டு அங்கு வந்திருந்தேன். தெரியாத ஊர்களில் மனம் போனபடி திரிந்து, சாவிடம் என்னை ஏற்றுக்கொள்ளும்படி அரற்றியபடி அலைந்துகொண்டிருந்தேன். நினைவுகளை என்னால் சகித்துக்கொள்ள முடியவில்லை. என்மீது அவை கவிந்து பிடுங்காமல் தடுத்துக்கொள்ளவும் தெரியவில்லை. தூக்கம்தான் ஒரு இடை வெளியை, ஓய்வை, விடுதலையைத் தந்து கொண்டிருந்தது. என்றாலும் தூக்கத்தில் நினைவுகளின் பிடுங்கல் அற்ற விச்ராந்தி எனக்குத் தெரியாமல் கழிந்துபோய் மீண்டும் பிடுங்கல் ஆரம்பிக்கும்போதுதான் கழிந்துபோனதே தெரிகிறது. உண்மையில் விச்ராந்தியை எனக்குச் சில கணங்களேனும் பிரக்ஞையுடன் சுவாசிக்க ஆசையாக இருந்தது. என்னதான் வேண்டித் தவம் கிடந்தாலும் அது எனக்கு லபிதமாகாது என்றும் பட்டது. மலபார் கோயில் பிரகாரத்தில் தற்செயலாய்ச் சந்தித்த ஆத்மஞானி சொன்னார்: "வேஷ்டியைக் காவியில் முக்கி எடுத்துவிடலாம் க்ஷணப்பொழுதில். க்ஷணப்பொழுதில் மனதை முக்க? பரமேச்வரா!" என்று தன் இரு கரங்களையும் வானத்தை நோக்கி விரித்தார். மனதை வெகு நன்றாகக் காவியில் முக்கப் போகிறேன் என்று நம்பிக்

கொண்டிருந்தபோது பதுங்கியிருந்து தாக்குவது மாதிரி இச் சம்பவம் நிகழ்ந்திருக்கிறது.

வழக்கம்போல் அன்று சாயங்காலமும் மணல் மேட்டில் உட்கார்ந்துகொண்டிருந்தேன். அது கடற்கரையின் ஊர் தாண்டிய பகுதி. கும்பலின் சலசலப்பு இராது முன்னெல்லாம். சமீபமாக அந்த இடத்துக்கு சூரியனைப் பார்க்கத் தோது என்ற திடீர் மவுஸு ஏற்பட்டுக் கூட்டத்தை ஆகர்ஷிக்க ஆரம்பித்திருந்தது. இப்போது அங்கும் கசகசவென்று கூட்டம். அன்று மேகம் குறைந்த வானம், வழக்கத்தைவிடவும். இருந் தாலும் நம்ப முடியாது. கடைசி நிமிஷத்தில் ஒரு துண்டு மேகம் புறப்பட்டு வந்து மறைத்துக்கொண்டு நிற்கும். சதிக்கு ஏவிவிட்டது போலிருக்கும். சில சமயம் குழந்தைகள் கைப் பொருளை மறைத்துக்கொள்வதுபோல் மேகத்தின் மறைவும் வெகுளித்தனமாகவும் அழகாகவும் இருக்கும். மறைக்கப்பட்டுத் தெரிவதும் சூரியனுக்கு அழகாகத்தான் இருக்கிறது. ஒரே விதமாய் இருதடவை இதுநாள்வரை சூரியன் அஸ்தமித்ததில்லை என்பதை ஒரு வாக்கியமாக நினைத்துச் சந்தோஷப்பட்டுக் கொண்டேன்.

சூரியன் மறைந்தது. மறுகணம் கூட்டம் பிசுபிசுத்துக் கலைய ஆரம்பித்தது. சூரியன் அற்ற வானத்தைப் பார்ப்பது பாவம் என்பது போலவும், அடுத்து முக்கியமான வேலையைச் செய்து முடிக்கக் கணமும் பொறுக்க முடியாது என்பது போலவும் கூட்டம் பிசுபிசுக்க ஆரம்பித்தது. மணல் மேட்டின் கடல் நோக்கிய சரிவில் நான் இறங்கிக்கொண்டிருந்த இடத்தி லிருந்து பார்ப்பதற்குக் கும்பலின் அசைவு வேடிக்கையாக இருந்தது. ஒரு பெரிய மேடையில் அனைவரையும் திணித்து நிற்கவைத்துக் கயிற்றால் கட்டியிழுப்பது போலிருந்தது.

சூரியன் மறைந்த பின்பு கடற்கரையில் மிஞ்சியிருக்கும் வெளிச்சத்துக்கு ஆயுள் சொற்பம். கணத்துக்குக் கணம் இருள் ஊடுருவிக் கறுத்துக்கொண்டிருக்கும்; வெளியிடமுடியாத பெரும் துக்கத்துக்கு ஆட்பட்டுக் கலங்கும். மானசீகமாக அந்தத் துக்கத்தில் பங்கெடுத்துக்கொண்டு நிற்பது எனக்குப் படிந்து போயிருந்தது.

கடலின் ஆழத்திலிருந்து ராக்ஷஸத் தடி உருண்டைகளை மேலே உதைத்துத் தள்ளுவதுபோல் நீரோட்டம் திமிறியெழும். மேற்பரப்பு குலுங்கி அதிரும். காற்றுப் பிடித்து உன்னியெழும் அலைகள் கரை நோக்கி வரும். சர்ப்ப வீரர்களின் குதிரைப் படை குதித்துக் குதித்து நம்மை நோக்கி நெருங்கும். பக்கவாட்டுக் களிலிருந்து நாம் எதிர்பாராத இடத்தில், எதிர்பாராத நிமிஷத்தில்

வேறு படைக்கலங்களின் நீள் வரிசை இணைந்து, மேலும் கம்பீரம் பெற்றுக் குதித்து முன் நகர்ந்தோடிவரும். இவ்வாறான ஒரு ஆக்கிரமிப்புக்கு இந்த அசட்டு ஈர மணல்கரை எப்படிப் பதில் சொல்லப்போகிறது என்று நாம் யோசிக்கும்போது, கரையோரம் படைகள் சின்னாபின்னப்பட்டுச் சிதறிப் பின் திரும்பி ஓடும். இதைவிட அழகானது எதுவுமில்லை. இந்த அலைகளைவிட, இவற்றின் எழுச்சியும், ஆர்ப்பாட்டமான சொற்ப நேர வாழ்வும், மண்டை மோதிச் சின்னாபின்னப்பட்டு உருத்தெரியாமல் வீழ்ச்சி அடைவதையும்விட. இன்ன உயரத்தில் எழுந்து ஆர்ப்பாட்டத்துடன் வரும் அலை, கரையில் இவ்வளவு தூரம் ஏறி ஈரம் பண்ணும் என்று கணக்குப் போட்டு எப்போதும் அதில் தோற்றுக்கொண்டிருப்பேன். இவ்வாறு மீண்டும் மீண்டும் தோற்பது மிகுந்த சந்தோஷத்தைத் தரும்.

அப்போது மணல் மேட்டிலிருந்து அதட்டல் கேட்டது. அடி வயிற்றை எக்கிக்கொண்டு கத்தினால்தான் இந்தக் காற்றில், இந்த அலை இரைச்சலில் இவ்வளவு சத்தத்தை வெளியே தள்ள முடியும். என் காதில் வார்த்தைகள் எதுவும் தெளிவாய் விழவில்லை. என்னைப் போலவே ஈரமணலில் நின்றபடி பாதங்களைக் கடல் அலைகளில் நனைத்துக்கொண்டிருந்த புதுத் தம்பதிகள் அவசரமாய்த் திரும்பி மேலேறிச் சென்றனர். மீண்டும் சத்தம் கேட்டது. அப்பெண் தன் கையைக் கணவன் கையிலிருந்து விடுவித்து முன்னால் அசைத்து, “உங்களைத்தான்” என்று காட்டினாள். திரும்பிப் பார்த்தேன். மணல் மேட்டில் காக்கி உடை அணிந்த காவல்துறை அதிகாரிகள் நாலைந்து பேர், “கரை ஏறு, கரை ஏறு” என்று கத்தியபடி கைகளை மித மிஞ்சிய வேகத்துடன் வீசிச் சைகை செய்தார்கள். அவர்களைப் பார்த்தபோது எனக்கு உள்ளூறச் சிரிப்பு வந்தது. ஒரு நாட்டிய மேடையின் பின்னாலிருந்து எட்டிப் பார்க்கும் கோமாளிகள் போலவும், பள்ளிச் சிறுவர்களின் நாடகத்துக்குச் சிறுவர்களே சிப்பாய்கள் வேஷம் போட்டுக்கொண்டு நிற்பதுபோலவும், போலீஸ்கார மண்பொம்மைகளுக்கு ஒருமணி நேரம் ஆயுள் கொடுத்ததில், நழுவி வந்து இங்கு நிற்பதுபோலவும் பலவாறாகத் தோன்ற ஆரம்பித்தது. “ஏன் சிரிக்கிறே? கரையேறு” என்று ஒருவன் கத்தினான். கரையில் நிற்கும் நான், கரையேறுவது எப்படி என்று வேண்டுமென்றே மிகையாக விழித்துக்கொண்டு நின்றேன். அப்படி நின்றுகொண்டிருந்தபோதே திடீரென்று என் மனதில் விசனம் கவிந்தது. முப்பது முப்பத்தைந்து வருஷங்களுக்கு முன்னால் என் தாயார் என்னை முதன்முதலாவதாக இங்கு அழைத்து வந்ததும், கடல் ஏற்படுத்திய பயமும் திக்பிரமையும் அழுகையும் நினைவுக்கு வந்தன. பின்னர் இந்நாள்வரை

யிலும் எத்தனையோ தடவை கடலோரம் நின்றதும் எதிர்பாராத வேளைகளில் அலை கீழே தள்ளியதும் நனைந்ததும், ஈரத்தில் ஒட்டிக்கொண்ட மணலைக் கையிலும் தொடையிலும் தட்டிக் கொண்டதும் நினைவுக்கு வந்தன. அன்றிலிருந்து இன்றுவரை யிலும் மானசீக உறவுகொண்டு என்னுடன் பிணைந்துபோய் விட்ட இந்தக் கடலுக்கு என் பாதத்தைத் தந்து நிற்கும் எளிமை யான சந்தோஷம்கூட . . . சட்டை போட்டிராத என் முதுகில் ஒரு குத்தலை உணரவே திரும்பிப் பார்த்தேன். காக்கி உடை அணிந்த சேவகன் ஒருவன் கைத்தடியுடன் நின்றுகொண்டிருந் தான். 'ஏன் குத்தினாய்?' என்று எனக்குக் கேட்கத் தெரிவதற்குள் "காது மந்தமா?" என்று அவன் கேட்டான்.

"இல்லை" என்றேன்.

இந்த நேர் பதில் அவன் மண்டையில் ரத்தத்தை ஏற்றியது அவன் முகத்தில் தெரிந்தது. மற்ற சேவகர்களும் என்னைச் சூழ்ந்துகொண்டார்கள். நான் பயப்பட மறுத்துக்கொண்டு நின்றதில் மிகுந்த கஷ்டம் அடைந்த அத்தனை பேரும் இமைக் காமல் என்னையே விழித்துக் கோபத்தை வெளியே தள்ளிக் கொண்டிருந்தனர். இன்னும் ஐந்தாறு நிமிஷங்களுக்குள் பொழுது தீர்ந்து அவர்கள் மீண்டும் மண்பொம்மைகள் ஆகிவிடுவார்கள் என்ற கற்பனை மனதில் விரியவே என் முகத்தில் சிரிப்பின் குறிகள் படர்ந்தன.

என் எதிரே நின்ற சேவகன் தலையை உயர்த்தி இரு கை விரல்களையும் வாயோரம் குவித்துக்கொண்டு, மணல் மேட்டைப் பார்த்து, "கரையேற மறுக்கிறான்" என்று கத்தினான்.

அதிகாரிகள் மணலில் இறங்கிவர ஆரம்பித்தார்கள். அழ கான பூட்ஸ் தடங்களைப் பின்னால் தள்ளிக்கொண்டு, அவசரத் தின் தள்ளாட்டத்துடன் மணல் சரிவில் வந்துகொண்டிருந் தார்கள். அவர்கள் எத்தனைபேர் என்பது இப்போது நினை வில்லை. நாலு பேருக்குமேல் என்று ஒரு சித்திர உணர்வு இருக்கிறது. அவர்களில் தலைமை அதிகாரி சற்று ஸ்தூலமாகத் தள்ளாடும் உடலுடன் இருந்தார். அவருடைய தொப்பி வித்தியாச மாக இருந்தது. கைகளையும் கைத் தடியையும் அதிகமாக அசைத்துக்கொண்டு மிகுந்த சிரமத்துடன் உடலைத் தூக்கி நாட்டி வந்துகொண்டிருந்தார். அவர் அதிகமும் நாற்காலியில் புதைந்து, மின் விசிறி நின்றால் தவித்து, சிவப்பு மையால் தாளில் வெட்டியும், சுழித்தும், போனில் கத்தியும் தன் பதவிக்கு ஈடுகொடுத்துக்கொண்டிருப்பவர் என்பதும், மிகவும் விசேஷ மான காரணத்தை முன்னிட்டே இன்று கிளம்பியிருக்கிறார் என்றும் தோன்றிற்று.

சற்று தூரத்தில் நின்றவாறே என்னைப் பார்த்து அவர் "என்ன..? என்ன..? என்ன..?" என்று கத்தினார். ஒவ்வொரு 'என்ன'வுக்கும் முன்னதைவிடக் குரலை உயர்த்த, சிப்பாய்கள் விறைப்புற்று என் முகத்தைப் பார்த்தபடி நின்றனர். என் பதிலுக்குப்பின் அதிகாரி பிறப்பிக்கக்கூடிய ஆணையை நொடிப் பொழுதில் நிறைவேற்றத் துடிப்பது அவர்களுடைய விறைப்பில் வெளிப்பட்டது.

"ஒன்றுமில்லை" என்றேன்.

"பின் ஏன் கரையேற மறுப்பது?"

"கொஞ்சம் நிற்க ஆசை."

"பிடித்துத் தள்ளு அவனை" என்று அதிகாரி கத்தினார். சேவகர்கள் என்னை விரைந்து சூழ்ந்து குண்டுக்கட்டாகத் தூக்கி பத்துப் பதினைந்து அடிகள் மணல்மீது ஏறி மண்ணில் தொப்பென்று போட்டார்கள்.

நான் எழுந்திருந்து கைகளிலும் வலது கன்னத்திலும் காதிலும் படிந்திருந்த மணலைத் தட்டியவாறு மணல் மேட்டைப் பார்த்து நடக்க ஆரம்பித்தேன். சுரணை கெட்டதனம் என் உடம்பிலிருந்து வழியும்படி மிகவும் சாவதானமாக அசைந் தேன். பின், வானத்தைப் பார்த்து, வியப்பதுபோல் பாவித்து, சிப்பாய்கள் பக்கம் திரும்பி, "என்ன அற்புதமான நிலா" என் றேன். ஒரு அதிகாரி ஓடிவந்து என் முதுகில் ஓங்கிக் குத்தினார். "கொல்லு அவனை" என்று ஆங்கிலத்தில் மற்றொரு அதிகாரி கத்தினார்.

மணல்மேடு தாண்டி, கடற்கரை தார் ரோட்டை அடைந்த போது அந்த இடம் சற்றுமுன் காட்சியளித்ததற்குக் கொஞ்சமும் சம்பந்தமில்லாததுபோல் இருந்தது. நாடகத்தின் புதிய காட்சி யில், பின் திரை ஜோடனை, பாத்திரங்கள் எல்லாம் மாறியது போலவும், களேபரமாகவும் இருந்தது. ஆங்காங்கு பல சேவகர்கள் காக்கி உடையணிந்து குண்டாந்தடியுடன் நின்றுகொண்டிருந் தனர். கார்களும், ஜீப்புகளும், கண்ணாடி ஜன்னல்களுக்குப் பட்டுத்திரை போட்டிருந்த உயர் அதிகாரிகளின் வாகனங்களும் நின்றுகொண்டிருந்தன. இரண்டு நிமிஷங்களுக்கு ஒன்று என்று நினைக்கும்படி ஜீப்புகள் அதிவேகமாய்ப் பாய்ந்து வந்து, சர்ரென்று தூசி கிளப்பி ஓரம் கட்டி நிற்கவும், நின்று முடிப்பதற்கு முன்னரே பின்பக்கம் வழியாக அதிகாரிகள் மாறி மாறிக் குதித்து, குதித்த இடத்தில் விரைப்புற்று சல்யூட் செய்தார்கள். எல்லாம் வேறு யாராலோ இயக்கப்படும் எந்திர பொம்மை களின் இயக்கம்போலவே பட்டது. சுமார் நாற்பது வயது

மதிக்கத்தகுந்த ஒரு அதிகாரி மிக உயரமாக நின்று – மிகப் பெரிய புராதன முன் முகப்புக்கொண்ட ஓட்டலின் முன்பக்கப் பாதை தார்ரோட்டில் இணையும் இடம் அது – சிப்பாய்களின் வணக்கங்களை மிகுந்த தோரணையோடு பெற்றுக்கொண்டிருந்தார். அவரைச்சுற்றி வேறு அதிகாரிகளும் நின்றுகொண்டிருந்தனர். ஏதோ விதமான ஒழுங்கு முறையில் சிப்பாய்கள் இடம் மாறித் தங்களுக்குரிய ஸ்தானங்களைப் பிடித்துக்கொண்டிருந்தனர். அவர்களுடைய மனக்கணக்கின் கூறு என்ன என்பதை என்னால் அனுமானிக்க முடியவில்லை. இருந்தாலும் ஒவ்வொருவருடைய மனசிலும் இருந்த வரைபடத்துக்கு அனுசரணையாக இயங்கியதால்தான் இத்தனை விரைவாகத் தங்களுக்குள் மோதிக்கொள்ளாமல் ஒழுங்காவது சாத்தியமாயிற்று என்பது தெரிந்தது. ஒரு உயர்மட்ட அதிகாரியின் வருகைக்கு எல்லோரும் ஆயத்தம் கொள்ளுவதாய்ப்பட்டது. ஏனெனில் எல்லோருடைய பார்வையும் மணல்மேட்டில் எதிர்பார்க்கும் தன்மையுடன் குத்திட்டு நின்றது. விறைப்பும் நிசப்தமும் கூடி நிலைத்ததில் சிறு சத்தம்கூட பெரிய அபஸ்வரமாய் முனைக்க ஆரம்பித்தது. பூட்ஸின் அடியில் மணல் நெரியும் ஓசைகூட நின்றுவிட்டது. இனிமேல் யாராலும் தங்களுடைய தொண்டையைக் கனைத்துக்கொள்ளவோ, வசக்கேடாய் ஊன்றப்பட்டுவிட்ட பாதத்தைச் சரி செய்துகொள்ளவோ முடியாது. அப்படிச் செய்யத் தேவையுள்ளவர்கள் இரண்டு மூன்று நிமிஷங்களுக்கு முன்னாலேயே அதைச் செய்து முடித்திருக்க வேண்டும். இல்லாதவரையிலும் கொஞ்சநேரம் பொறுத்துக்கொண்டுதான் ஆக வேண்டும்.

இப்போது மணல் மேட்டிலிருந்து ஒரு சிறு கூட்டம் முன்னால் நகர்ந்து வருவது தெரிந்தது. முதலில் தலைகள் மேலெழுந்து பின்னால் முழு ஆகிருதிகளும் தெரிய ஆரம்பித்தன. ஏழெட்டு பேர் வடிவமற்ற ஒரு ஒத்திசைவோடு அழகாக, வேகமாக, தங்கள் உடல் பாரங்களைக் காற்றின்மீது நகர்த்தி விட்டதுபோல் ஆயாசமற்று வந்துகொண்டிருந்தார்கள். நடுநாயகமாக வந்துகொண்டிருந்தவர்தான் உயர்மட்ட அதிகாரி என்பது வெகு சுலபமாகத் தெரிந்தது. ஒரு பெரிய நடிகன் போல் மிகவும் வசீகரமாக இருந்தார் அவர். படிப்பாளியின் களையை வெளியே தள்ளும் மூக்குக் கண்ணாடி. அடர்த்தியான கேசம். வெள்ளை வெளேரென்று மிக மெல்லிய ஆடைகள். சிறுவயதிலேயே உயர்மட்டப் பதவியில் நேராக ஏறிவிட்டதாலோ என்னவோ முகத்தில் பெருமிதம் வழிந்துகொண்டிருந்தது. இச்சிறு கூட்டம் நெருங்க நெருங்கக் காத்துக்கொண்டிருந்த சிப்பாய்கள் மேலும் விறைப்புற்று, முறுக்கேற்றும் நரம்புகள் அறுபட்டுத் தெறித்துவிடும் என நம் மனம் பயந்து துடிக்கும்

நிமிஷத்தில் பட்டென பூட்ஸ்காலால் தட்டி சல்யூட் அடித்தனர். ஆக்ஞை கோஷம் அடங்கிப்போன பின்பும் வெகுநேரம் ரீங்கரித்துக்கொண்டிருந்தது. இந்த ஓசையின் முரட்டு ஒலியிலும் பூட்ஸ் ஓசையிலும் மரங்களிலிருந்து ஆயிரக்கணக்கான பறவைகள் மேலெழுந்து பறந்ததுபோல் கற்பனைக் காட்சி என் மனதில் எழுந்தது. உண்மையில் அங்கு மரங்களும் இல்லை; பட்சிகளும் இல்லை.

அப்போது கடலோரத்திலிருந்து என்னை விரட்டிய அதிகாரி, பாதையோரம் நின்றுகொண்டிருந்த பெரிய அதிகாரியிடம் சென்று என்னைக் காட்டி ஏதோ சொன்னார். பெரிய அதிகாரி என்னைக் கை காட்டி அழைக்கவும் அருகே சென்றேன்.

"இப்போது போனவர்தான் எங்கள் துறையிலேயே உயர்ந்த பதவியில் இருப்பவர். பெரிய மேதை" என்றார்.

"சந்தோஷம்" என்றேன். ஒரு அசட்டு வார்த்தை உச்சரிக்கப் பட்டதில் நாணம் ஏற்பட்டது.

தன் கீழ் அதிகாரிகள் அவர்களுடைய விவேகக் குறைவால் எனக்கும் அவர்களுக்குமான உறவைச் சிடுக்காக்கி வைத்திருப் பார்கள் என்ற முன்தீர்மானமும், பக்குவமாக அணுகினால் அநேக முடிச்சுக்களை அவிழ்த்துவிடலாம் என்ற நம்பிக்கையும் அவருடைய பீடிகையில் வெளிப்பட்டன.

"ஒரு வாரம் முன்னால் ஒரு பெண்ணை கடல் கொண்டு போய்விட்டது. மேலதிகாரி வந்திருக்கும் வேளையில் அனர்த்தம் எதுவும் நிகழக்கூடாது என்பதற்காகத்தான் . . ."

நான் எதுவும் பேசவில்லை.

"உங்கள் நடவடிக்கைக்கு வருந்துகிறீர்கள் அல்லவா? அதுதான் விஷயம். எனக்குப் பெரிசுபடுத்துவது பிடிக்காது."

நான் பதில் சொல்லவில்லை.

"எங்களிடம் மன்னிப்புக் கேட்பது அவமானமல்ல. சட்டத் துக்குத் தலை வணங்கும் பெருமிதமான விஷயம் அது."

நான் கல்தூண் மாதிரி நின்றுகொண்டிருந்தேன்.

"நான் கணித்ததுபோல் நீர் எளிமையான மனிதர் அல்ல." அவருடைய குரலும் முகபாவமும் மாறிற்று.

ஒரு சிப்பாய் இரண்டு அடி முன் நகர்ந்து விறைப்புற்று, சல்யூட் அடித்து, பூட்ஸ்காலால் தட்டி ஓசையெழுப்பி மேலும்

விறைப்புற்றான். முகத்தைப் பார்த்தபோது அவன் உறைந்து போய்விட்டான் என்றும், மீண்டும் உயிர்க்களை ஏற்படுத்துவது சாத்தியமில்லை என்றும் தோன்றிற்று.

முகத்தை மேலே அசைத்துக் கேள்விகுறி எழுப்பினார் அதிகாரி.

"நேற்று இவர் என்னை எதிர்த்துப் பேசினார். நீச்சலடித்து மரணப்பாறைக்குச் சென்றதைக் கண்டித்ததற்குக் கேலி செய்தார்."

"உண்மையா?"

"உண்மைதான். சிரித்துவிடக்கூடிய வார்த்தைகள்தான், நகைச்சுவை உணர்ச்சி இருந்தால்."

"எங்களுக்கு நகைச்சுவை உணர்ச்சி இல்லை என்கிறீர்களா?"

"பொதுப்படையாகச் சொல்லத் தெரியவில்லை. இருந்தாலும் நீங்கள் – அதாவது உங்கள் துறையினர் – சிரிக்கப் பயப்படுகிறீர்கள். மெய்யாகவே உங்களுக்கு அதற்கான சுதந்திரம் இல்லையா? சிரிப்பும் கட்டுப்பாடும் ஏககாலத்தில் ஜீவிக்க இயலாது என இன்னும் நம்பிக்கொண்டிருக்கிறீர்களா?"

"மரணப் பாறைக்கு ஏன் சென்றீர்கள்?"

"சங்கிலித்துறையில் குளித்துக்கொண்டிருந்தேன். மரணப் பாறையின் மறுபக்கம் பள்ளத்தாக்கு போலிருக்கும். நண்பன் சொல்லியிருந்தான். அங்கு அலைகளும் சுழிப்புகளும் பாறை மேலிருந்து வழியும் நீரின் அழகு, பாறையின் இடுக்குகளில் அவை நிகழ்த்தும் ஜாலங்கள் ... சொல்ல முடியாது. அற்புதம், இனம் கூற முடியாத துக்கம் மனதில் வியாபித்து, நாம் பொருட்படுத்துவதெல்லாம் அற்பம் என்ற எண்ணம் ஏற்பட்டு, மாசுமறுவற்ற ஆகாசம் மனவெளியில் விரிந்துவிடும். ரொம்பவும் லேசாக இருக்கும். பாறை இடுக்கில் முளைத்திருக்கும் சிறு தாவரங்களைக் குனிந்து முத்தமிடத் தோன்றும்."

"அது தடை செய்யப்பட்ட இடம் என்பது தெரியுமா?"

"தெரியாது."

"தடுத்த பின்?"

"வெறும் கெடுபிடி என்று எடுத்துக்கொண்டேன். கடலில் நீச்சலடிப்பதைச் சட்டம் தடுக்குமா?"

அதிகாரி என் முகத்தையே வெறிக்க, அந்த நிமிஷங்கள் எல்லோருடைய நெஞ்சிலும் கனத்துக்கொண்டிருந்தது.

"போங்கள், இந்த இடத்தைவிட்டு" என்று அதிகாரி ஆங்கிலத்தில் கத்தினார்.

நான் அந்த இடத்தைவிட்டு நகர்ந்தேன்.

பரிச்சயக்காரனின் சந்தேகம் சரிதான் என நினைக்கும் படியான காரியங்கள் அன்று அதிகாலையிலிருந்தே தொடங்கியிருந்தன. அவ்வப்போது யாராவது வந்து என்ன ஏது என்று என்னிடம் விசாரித்துக்கொண்டிருந்தார்கள். ஏன் எதற்கு என்று கேட்டார்கள். அவர்களுக்கு அர்த்தமாகிற மாதிரி என்னால் பதில் சொல்ல முடியவில்லை. எல்லாம் யாரோ ஏவிவிட்ட மாதிரிப் பட்டது. வெறும் பிரமைகள் தானோ என்றும் சந்தேகப்பட்டுக்கொண்டேன்.

மத்தியானச் சூடு தணிந்துகொண்டிருந்தது. சங்கிலித்துறை மண்டபத்தில் படுத்தபடி கடலைக் கவனித்துக்கொண்டிருந்தேன். கடல் தூங்குவது மாதிரியும், விழிப்புற்றுச் சோம்பல்பட்டு காலை அசைத்தபடி படுத்துக் கிடப்பது மாதிரியும் தோன்றிக் கொண்டிருந்தது. படியோரம் பதுங்கியிருந்தவன் நிமிர்ந்த மாதிரி ஒரு சேவகன் தோன்றிக் கைத்தடியினால் கல்படியில் தட்டினான். அந்த உயர் அதிகாரி என்னைக் கூப்பிடுவதாகச் சொன்னான். அவர் மணல்மேட்டில் தீர்க்கதரிசிபோல், காற்றில் மிதந்தபடி, ஆடைகள் பறக்க, முகத்தில் பிரகாசத்துடன் நகர்ந்து வந்த உருவம் என் மனதில் விரிந்தது. அவரை மீண்டும் சந்திக்கப் போகிறோம் என்பதில் சந்தோஷம் ஏற்பட்டது. ஏன் எதற்கு என்றெல்லாம் கேட்டுக்கொண்டேன். மன அமைதியைக் கெடுப்பதற்கான சமாசாரம் தயாரிக்கப்பட்டு வருவதாகத் தோன்றிற்று.

என்னைக் கண்டதும் உறைந்து போயிருந்த பெரிய அதிகாரியின் முகம் விளக்கை தூண்டியதுபோல் பிரகாசப்பட்டது. அவருடைய பற்களிலிருந்த ஒரு வெளிர்த்தன்மை முகம் எங்கும் பரவுவதாகத் தோன்றிற்று. அறையின் பின்வாசலில் நின்று கொண்டிருந்த பட்லரை அவர் பார்த்ததும், அவன் மறைந்து தேநீர்க் கோப்பையுடன் தோன்றி என் முன் வைத்தான்.

"சாப்பிடுங்கள்" என்றார் அதிகாரி என்னைப் பார்த்து. "நீங்கள் ஏன் நிறுத்திவிட்டீர்கள்? ரொம்பவும் ரசமாய் இருக்கிறது" என்று எதிரே அமர்ந்திருந்த சந்நியாசியிடம் சொன்னார்.

அதிகாரியால் மனம் நிறைந்து பாராட்டப்பட்டதில் எங்கு நிறுத்தினோம் என்பதை மறந்து தத்தளித்துக்கொண்டிருந்தார் சந்நியாசி. தலை ஒட்டச் சிரைக்கப்பட்டிருந்தது. அநேகமாக

முந்தின நாள். சிறு பிராயம்தான். சிவப்பாகவும், அழகாகவும், பொம்மைத்தனத்துடனும் – அந்த தளதளப்பான உப்பிய கன்னங்கள்! – இருந்தார். இடது கண்மணி சொல்லுக்கு நகர்ந் திருந்தது அசட்டுத்தனத்தை – முக்கியமாக தன்முன் சொல்லப் படுவதைக் கிரகித்துக்கொள்ளமுடியாத மந்தத்தை – அவருக்கு அளித்துக்கொண்டிருந்தது.

"ஸ்வாமிஜி இங்கு வந்து சேர்ந்ததைப்பற்றிச் சொல்லிக் கொண்டிருந்தீர்கள் ..." என்று அடியெடுத்துக் கொடுத்தார் அதிகாரி.

"ஆமாம் ஆமாம்" என்று தலையை அதிகமாக அசைத்தபடி உற்சாகமாய் ஆரம்பித்தார் சந்நியாசி. "எனக்கு வருஷம் ஞாபக மில்லை. அப்போது அவருக்கு என்ன வயசு இருக்கும் ... 25? 26? சின்ன வயசு. கால் நடையாகவே இந்தியா பூராவும். கிடைத்த இடத்தில் படுக்கை. கிடைத்த ஆகாரம் ... பிச்சை எடுத்து அலைச்சல். ஊர் ஊராய் அலைச்சல். ஒரே அலைச்சல் ..."

"எத்தனை உருக்கமான விஷயம்" என்றார் அதிகாரி.

"எத்தனை நாட்கள் இங்கு தங்கினார் ... எங்கு, யாருடன், எப்படி ... ஒன்றும் தெரியவில்லை. பாறையில் தியானம் மூணுநாள். இல்லை, இரண்டு நாள். இரவு பகல் அன்ன ஆகாரமில்லாமல். எப்படிப் போனார் அங்கே? தோணியிலே – ஒரு கட்சி. இல்லை நீச்சலடித்துத்தான் – இன்னொரு கட்சி."

"இல்லை இல்லை. நீச்சலடித்துத்தான் போனார். நீச்சலடித்துத் தான் போனார் ..." என்று உற்சாகமாகப் பெரிய குரலில் முஷ்டியை மேஜைமீது குத்திக்கொண்டே சொன்னார் அதிகாரி. "நான் படித்திருக்கிறேன். எனக்கு நன்றாக ஞாபகம் இருக்கிறது" என்று கத்தினார்.

அதிகாரி படித்திருக்கும் செய்தியில் மிகுந்த ஆச்சரியம் அடைந்த சந்நியாசி, "அப்படியா படித்திருக்கிறீர்கள்? அப்படியா? அப்படியென்றால் சரி, நீச்சலடித்துத்தான் போயிருக்கிறார்" என்றார். "என்ன தைரியம், என்ன சாகசம்!"

நிசப்தமாகியதில் அறையின் சூழ்நிலை கனத்துக்கொண் டிருந்தது. அதிகாரி தொண்டையைக் கனைத்துக்கொண்டே என் பக்கம் திரும்பினார்.

"தங்களைப் பார்த்தால் படித்தவர் மாதிரி தெரிகிறது. எதற்கு அதிகாரிகளுடன் அவசியமில்லாத மோதல் .. ?"

"மோதவில்லை" என்றேன்.

அதிகாரி சாமியாரைப் பார்த்து, விரலை என் எதிராகச் சுட்டிக்கொண்டே, "மரணப் பாறைக்கு நீச்சலடித்துப் போயிருக்கிறார். நம் ஆட்கள் தடுத்ததற்கு எதிர்த்துப் பேசியிருக்கிறார்" என்றார்.

"மரணப் பாறைக்கு நீச்சலடித்துச் சென்றார்" என்று பிரகடனம்போல் சொல்லிவிட்டு கடகடவென்று சிரித்தார் சந்நியாசி. அதிகாரியும் சிரித்துக்கொண்டார். திடீரென்று, நான் சற்றும் எதிர்பாராத ஒரு நிமிஷத்தில் சந்நியாசியின் முகம் அதிகாரியின் முகம்போல் மாறிக் கடுகடுப்படைந்து சிவந்தது.

"அது சரியில்லை... சரியே இல்லை" என்று சந்நியாசி ஆங்கிலத்தில் சொன்னார். அவர் தன் குரலில் அவசியமற்ற வலு ஏற்றுவதுபோல் இருந்தது. பின் குரலைத் தணித்துக்கொண்டு கண்டிப்புக்காட்டும் தன்மையுடன், "சட்டத்தையும் ஒழுங்கையும் காப்பாற்ற நீங்கள் ஒத்துழைத்திருக்கவேண்டும். அதுதான் உங்களிடம் எதிர்பார்த்திருக்கக்கூடியது."

"எனக்கு நம்பிக்கை இல்லை."

"எதில்?"

"உங்கள் சட்டத்தில்... உங்கள் ஒழுங்குகளில்."

"சரி, உங்கள் நம்பிக்கைதான் என்ன? அவரவர் விருப்பம் போல் அவரவர் நடந்துகொள்ளும்..."

"தயவு செய்து என்னை எதுவும் கேட்காதீர். நான் ஒரு குழப்பம்... எனக்கு எதுவும் தெளிவில்லை. உங்கள் இருவருக்கும் வெவ்வேறு மட்டத்தில் அது சரி இது தப்பு, இது சரி அது தப்பு என்பது தெரிந்திருக்கிறது. ரொம்பவும் தெளிவாக இருக்கிறீர்கள். உங்கள் தெளிவு ரொம்பவும் ஆபாசமாக இருக்கிறது... எப்படிச் சந்தேகமில்லாமல், தெளிவாய் கூச்சமில்லாமல் பேச முடிகிறது!"

"நீங்கள் மிதமிஞ்சிப் பேசுவதாக எனக்குத் தோன்றுகிறது" என்றார் அதிகாரி. "தனக்குத்தான் எதுவும் தெரியும் என்ற அகந்தையுடன் பேசுவதாகப்படுகிறது."

"இல்லை. எனக்கு அகந்தையில்லை. நான் வெறும் ஓட்டை. சூன்யம். தக்கவைத்துக்கொள்ள என்னிடம் எதுவும் இல்லை.

என் வழியாக எல்லாம் வெளியே ஒழுகிக்கொண்டிருக்கிறது. என்னை அலைய விடுங்கள். தொந்தரவு செய்யாதீர்கள். தயவு செய்து... தயவு செய்து..." நான் மிகப்பெரிய குரலில் கத்த ஆரம்பித்தேன்.

"இவர் மனநிலை சரியில்லை" என்றார் சந்நியாசி. "இவரை வைத்திய சோதனைக்கு அனுப்பவேண்டும்."

"வேண்டாம் வேண்டாம்" என்று கத்தினேன். "அலைவது ஒன்றுதான் எனக்கு சந்தோஷத்தைத் தருகிறது. அதையும் இல்லாமல் ஆக்கிவிடாதீர்கள்."

"உங்களை நான் கைது செய்திருக்கிறேன்" என்றார் அதிகாரி. மேஜை மணியின் பித்தானை அவர் கட்டைவிரல் அழுத்திற்று.

கொல்லிப்பாவை, 1976

சுந்தர ராமசாமியின் சிறுகதைகள்

சுந்தர ராமசாமி சிறுகதைகள்
(முழுத்தொகுப்பு)
ரூ. 975

பள்ளியில் ஒரு நாய்க்குட்டி
ரூ. 200

அக்கரைச் சீமையில்
ரூ. 190

அழைப்பு
ரூ. 260

வாசனை
(தமிழக கிளாசிக் சிறுகதைகள்)
(தொ—ர்): கே.என்.செந்தில்
ரூ. 450

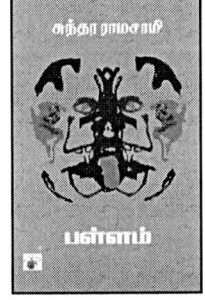

பள்ளம்
ரூ. 100